பாபாசாகேப்பின் பதிப்புலகம்:
அறிவு மரபும் அதிகாரப்படுத்தலும்

பாபாசாகேப்பின் பதிப்புலகம்: அறிவு மரபும் அதிகாரப்படுத்தலும்

பா. பிரபாகரன் (பி. 1976)

மொழிபெயர்ப்பாளராகத் தன்னுடைய எழுத்துப் பணியைத் தொடங்கியவர். டாக்டர் அம்பேத்கரின் அறியப்படாத பக்கங்களை வெளிக்கொணர்வதில், கடந்த இருபது ஆண்டுகளாகத் தீவிரமாகச் செயலாற்றிவருகிறார். காலச்சுவடு, உயிர்மை, தீராநதி, Counter Currents, Round Table India, EPW போன்ற இதழ்களிலும் கட்டுரைகளை எழுதியிருக்கிறார். 2018ஆம் ஆண்டின் சிறந்த கட்டுரைத் தொகுப்பிற்கான ஆனந்த விகடனின் விருதை பெற்றுள்ள இவர் 13 நூல்களை எழுதியிருக்கிறார். தற்போது குடும்பத்துடன் திருச்சியில் வசித்துவருகிறார்.

மின்னஞ்சல்: prabakar.bas@gmail.com

பா. பிரபாகரன்

பாபாசாகேப்பின் பதிப்புலகம்:
அறிவு மரபும் அதிகாரப்படுத்தலும்

காலச்சுவடு பதிப்பகம்

அன்பார்ந்த வாசகருக்கு,

வணக்கம்.

காலச்சுவடு நூலை வாங்கியமைக்கு நன்றி.

நூலின் உள்ளடக்கம், உருவாக்கம், அட்டைப்படம் இன்ன பிற அம்சங்கள் பற்றிய உங்கள் கருத்துகளையும் ஆலோசனைகளையும் காலச்சுவடு வரவேற்கிறது. தகவல், எழுத்து, வாக்கியப் பிழைகள் தென்பட்டால் கட்டாயம் தெரிவித்து உதவுங்கள். நூல் தயாரிப்பில் கடும் குறைபாடு இருப்பின் மாற்றுப் பிரதி உங்களுக்குக் கிடைக்கக் காலச்சுவடு ஏற்பாடு செய்யும்.

மின்னஞ்சல்: publisher@kalachuvadu.com

காலச்சுவடு நாகர்கோவில் அலுவலகத்துக்குக் கடிதம் அனுப்பலாம்.

தங்கள்
எஸ்.ஆர். சுந்தரம் (கண்ணன்)
பதிப்பாளர் – நிர்வாக இயக்குநர்

பாபாசாகேப்பின் பதிப்புலகம்: அறிவு மரபும் அதிகாரப்படுத்தலும் ♦ கட்டுரைகள் ♦ ஆசிரியர்: பா. பிரபாகரன் ♦ © பா. பிரபாகரன் ♦ முதல் பதிப்பு: அக்டோபர் 2023 ♦ வெளியீடு: காலச்சுவடு பப்ளிகேஷன்ஸ் (பி) லிட்., 669, கே.பி. சாலை, நாகர்கோவில் 629001

காலச்சுவடு பதிப்பக வெளியீடு: 1211

paapaacaakeeppin patippulakam: aRivu marapum atikaarappaTuttalum ♦ Essays ♦ Author: B. Prabakaran ♦ © B. Prabakaran ♦ Language: Tamil ♦ First Edition: October 2023 ♦ Size: Demy 1 x 8 ♦ Paper: 18.6 kg maplitho ♦ Pages: 120

Published by Kalachuvadu Publications Pvt. Ltd., 669, K.P. Road, Nagercoil 629001, India ♦ Phone: 91-4652-278525 ♦ e-mail: publications @kalachuvadu.com ♦ Printed at Adyar Students xerox Pvt. Ltd., No. 275 Habibullah Road, Triplicane high Road, Opp Triplicane Post Office, Triplicane, Chennai 600005

ISBN: 978-81-19034-42-0

10/2023/S.No. 1211, kcp 4661, 18.6 (1) rss

என் பெற்றோர்களுக்கு...

"நம்முடைய கரங்களில்
அச்சகம் இருந்தால்
மாபெரும் மனிதர்களை
எளிதாக உருவாக்க முடியும்"

பாபாசாகேப் டாக்டர் பி.ஆர். அம்பேத்கர்

பொருளடக்கம்

விடுதலையை எழுதுதல்		11
அறிமுகம்		15
1.	தலித்துகளும் ஊடகமும்	19
2.	அம்பேத்கரும் ஊடகமும்	27
3.	அம்பேத்கரும் திரைப்படங்களும்	36
4.	அம்பேத்கருக்கு முந்தைய முயற்சிகள்	43
5.	அம்பேத்கருடைய பத்திரிகைகளின் தொடக்கமும் உள்ளடக்கங்களும்	47
6.	உணர்வூட்டிய எழுத்து	97
	குறிப்புகள்	102
	உதவிய நூல்கள்	115

விடுதலையை எழுதுதல்

மகாராஷ்டிர அரசாங்கத்தின் தயாரிப்பில் 'மாபெரும் மனிதர் டாக்டர் அம்பேத்கர்' என்னும் தலைப்பில் 1968ஆம் ஆண்டு வெளியிடப்பட்ட குறும்படம் ஒன்றைப் பழைய கோப்புகளிலிருந்து கண்டறிந்ததாகத் தேசிய திரைப்பட ஆவணக் காப்பகம் ஒரு அறிவிப்பை வெளியிட்டிருக்கிறது. மராத்தி மொழியில் உருவாக்கப்பட்டிருந்த இந்தப் படத்தை நாம்தியோ வாட்கர் இயக்கியிருந்தார். தம் மக்களின் விடுதலையின்மீது கொண்டிருந்த தீராத வேட்கையும் தனி வாழ்வில் துன்பமும் கவலையும் மிகுந்த அம்பேத்கருடைய இறுதி நாட்களையும், வரலாற்று முக்கியத்துவம் பெற்ற மதமாற்ற நிகழ்வு, அவருடைய பரிநிர்வாணக் (இறுதி ஊர்வலம்) காட்சியமைப்புகளையும், அவரது வாழ்வில் நடந்த நிகழ்வுகளைப் படக்காட்சி யாகச் சித்திரிக்கப்பட்டிருந்த செய்திகளையும் அக்குறும்படம் கொண்டிருந்தது. அம்பேத்கர் பற்றி அறிந்திராத எண்ணற்ற செய்திகள் இன்னும் புதைந்து கிடக்கின்றன என்பதற்குச் சமகாலத்தில் இது ஒரு சான்றாகும்.

ஒடுக்கப்பட்டவர்களின் விடுதலைக்காக அம்பேத்கர் எழுதி இறுதி வடிவம் பெற்றும் பெறாமலும் பல ஆயிரம் பக்கங்களுக்கும் மேலாக எழுத்துப் பிரதிகளாகவும் தட்டச்சுப் பிரதிகளாக வும் பல ஆவணங்கள், அவருடைய இறப்பிற்குப் பிறகு இருபது ஆண்டுகளுக்கும் மேலாக அரசாங்கத்தின் கட்டுப்பாட்டில் அடைத்து வைக்கப்பட்டு, கரப்பான் பூச்சிகளுக்கு உணவாகி

அழிந்தும் சிதைந்தும் போயின. அம்பேத்கருடைய இயக்கத்தின் வேர்களையும் அதன் செயல்பாடுகளுக்கு ஊன்றுகோலாகயிருந்த பத்திரிகைகளையும் அடுத்த தலைமுறைக்கு அறிமுகம் செய்ய வேண்டுமென அவருடைய வழித்தோன்றல்களும் ஜே.வி.பவார் போன்ற இயக்கத் தலைவர்களும் எண்ணற்ற தொண்டர்களும் எடுத்துக்கொண்ட முயற்சிகள் அளவிடமுடியாதவை.[1] இதுவரையிலும் அம்பேத்கருடைய பத்திரிகைகளின் செய்திகளைத் தொகுத்து மகாராஷ்டிர அரசாங்கம் மராத்தி மொழியில் வெளியிட்டிருக்கிற அம்பேத்கரின் பத்திரிகைத் தொகுப்பு நூலில் தொண்ணூறுகள்வரைக்கும் நமக்குக் கிடைக்கப்பெற்றவை வெறும் ஆறு தலையங்கங்கள் மட்டும்தான். அம்பேத்கரியத்தை அவருடைய ஆளுமையின் மொத்த பரிமாணத்தோடும், அதன் வரலாற்றுச் செயல்பாடுகளோடும் புரிந்துகொள்ள முயன்றவர்கள் முழுமையாக அவற்றை வாசித்து அறிந்துகொள்ள முடியவில்லை. பேராசிரியர் காம்ளேவின் முயற்சியில் அம்பேத்கருடைய பத்திரிகைகள் ஆங்கிலத்தில் மொழியாக்கம் செய்யப்பட்டு நமக்கு முழுமையாகத் தற்போது கிடைத்திருப்பது பெரும் கொடையாகும். அவருடைய தொகுப்பு நூல்களே இந்த நூலுக்கு ஆதாரமாக எடுத்துக்கொள்ளப்பட்டிருக்கின்றன.[2]

அம்பேத்கர் பற்றி எழுதப்பட்டுக்கொண்டேயிருந்தாலும் ஆராயப்பட வேண்டியவையாக இன்னும் எஞ்சியிருப்பவை எண்ணற்றவை. அம்பேத்கர் வழியாக நாம் புரிந்துகொள்ள யத்தனிக்கும் கருத்தாக்கங்கள், நமது 'சமூக'த்தைத் தாங்கியிருக்கும் சிக்கல்களை விடுவிப்பவை. அம்பேத்கரது செயல் வடிவங்களின் ஒரு பகுதியாக இங்கே முன்வைக்கப்படும் அவரது பத்திரிகைச் செய்திகள் ஜாதியப் பண்பாட்டின் பெருமிதங்களை, சமத்துவமற்ற ஆதிக்கக் கருத்தாடல்களைப் புறந்தள்ளுபவை, அவற்றைக் கேள்விக்குட்படுத்துபவை, எச்சரிக்கை செய்பவை, எதிர் உரையாடலை உருவாக்க முனைபவை. இவையெல்லாவற்றையும் எளிய மக்களிடத்தில் எடுத்துச் சென்றார். சமூகத்தைப் பகுப்பாய்வு செய்வதற்கும், சமூக அமைப்பை மாற்றியமைப்பதற்கும் பத்திரிகையை முக்கியமானதொரு கருவியாகவும், அடிப்படையானதாகவும் ஏற்றுக்கொண்டார். எனவேதான் அம்பேத்கரின் தொகை நூல்களில் வெளிப்படுத்தப்படும் கருத்தியல் மோதல்களுக்குப் பெருமளவில் இடமளிப்பதைப் போலல்லாமல் ஒடுக்கப்பட்டவர்களின் அன்றாடப் பிரச்சினைகளுக்கு ஒரு தீர்க்கமான பார்வையோடு எதிர்காலம் குறித்த விடுதலைச் செய்திகளை அவர் மிகக் கவனமாகக் கையாளுகிறார்.

அம்பேத்கருடைய பத்திரிகைகளின் மூலப்பிரதிகளின் சாரத்தையும் அவருடைய விடுதலை முயற்சிகளாகச் சமூக மாற்றத்திற்கான தளத்தில் எவ்வாறு அதனைப் பயன்படுத்தி னார் என்பதையும் எளிய முறையில் அறிமுகம் செய்வதே இந்நூலின் நோக்கமாகும். அம்பேத்கருடைய ஆழமான சிந்தனைகளும் கருத்துக்களும் எளிய உண்மைகளாக நம்முடைய பொறுப்பையும், செய்து முடிக்க வேண்டிய செயல் திட்டங்களையும் வரலாற்றுச் சூழலோடு நம்மிடத்தில் உரையாடுகின்றன. அம்பேத்கருடைய ஊடகத்தின் வளமையான மொழிக்கும் அவருடைய தனித்த சிந்தனைகளுக்கும் எவ்வித வேறுபாடும் இல்லை. வாய்மொழிப் பாரம்பரியத்தில் வளர்ந்து வந்திருக்கிற ஒரு பெரும் சமூகத்திற்கு எழுத்து வரலாற்றைப் புதியதொரு பண்பாடாகக் கற்றுத் தருகிறார். கேட்டு வளர்ந்த ஒரு சமூகத்தை எழுதவும் சிந்திக்கவும் உரையாடவும் விவாதம் செய்யவும் புதிய தளங்களை அமைத்துத் தருகிறார். இந்த அடிப்படையான தன்மையே அம்பேத்கரின் பத்திரிகைகள்மீது தனிப்பட்ட நெருக்கத்தை நமக்கு ஏற்படுத்துகின்றன.

இந்த நூல் வெளிவருவதற்கு முன் சிறு கட்டுரையாக வெளியிட்ட காலச்சுவடு மாத இதழுக்கும், வெளியிட வாய்ப்பளித்த நண்பர்கள் சிவராஜ் பாரதிக்கும் ஸ்டாலின் ராஜாங்கத்திற்கும் என் நன்றிகள். நூலை வெளியிடுகின்ற காலச்சுவடு பதிப்பகத்திற்கும் நன்றிகள். எனது செயல்பாடுகளுக்கு ஊக்கமளிக்கிற தொப்புள்கொடி உறவான இரா. வினோத்திற்கும் ஜோன்ஸுக்கும் நன்றிகள். அரிய நூல்களைத் தேடிப் பெற்றுக் கொள்ள உதவுகின்ற அன்புத் தம்பிகளான உதவிப் பேராசிரியர் முனைவர் ராம்குமார், முனைவர் ஜெகந்த்துக்கும் நன்றிகள். தொல்லைகளைப் பொறுத்துக்கொண்டு மெய்ப்புத் திருத்திய தோழி மீனாவிற்கும், அன்புக் குழந்தைகள் மித்ரன், மைத்ரிக்கும் என் அன்பு முத்தங்கள்.

திருச்சி **பா. பிரபாகரன்**
14.4.2021.

அறிமுகம்

அம்பேத்கரிய இயக்கத்திற்கு ஒரு நூறாண்டு கால மரபு உண்டு. பிராமணியமும் தேசியமும் ஒன்றோடொன்று பிரிக்க முடியாத அளவில் தேசியவாதம்³ பேசிக்கொண்டிருந்தபோது எவ்விதமான பொருளாதாரப் பின்னணியும் இல்லாமல் முழுக்க முழுக்க ஏழை, எளிய ஒடுக்கப்பட்ட மக்களின் உழைப்பின் மூலம் கிடைத்த சொற்ப நன்கொடையில் (ஒரு அணா முதல் 10 ரூபாய்வரை) உணர்வுப்பூர்வமாகக் கட்டி எழுப்பப்பட்ட இயக்கம் அம்பேத்கருடையது. நாடு முழுவதும் உள்ள மக்கள் எல்லோரையும் ஒரு 'தேசிய' இயக்கமாக ஒன்றிணைத்து இந்தியாவிற்குச் சுதந்திரத்தைப் பெற்றுவிடக் காங்கிரசும் அதனை வழிநடத்திய காந்தியின் தலைமையும் முயன்று கொண்டிருந்த அதே வேளையில், கிராமத்திலுள்ள ஒடுக்கப்பட்ட தொழிலாளர்களையும் விவசாயி களையும் பெண்களையும் இளைஞர்களையும் ஒன்றிணைத்த பேரியக்கத்தை நாடு முழுவதும் அதற்குரிய கிளைகளோடும் ஒடுக்கப்பட்ட மக்களின் அந்தந்த வட்டாரத் தலைமையோடும் உறுப்பினர்களோடும் கட்டமைக்க டாக்டர் அம்பேத்கர் முயன்றார். ஜாதியை ஒழிப்பதையே அதன் இலக்காகக் கொண்டு செயல்படுவதற்காக அறைகூவல் விடுத்தார். அவ்விலக்கை அடைவதற் காகப் போராடும் குணத்தையும் ஒழுக்கத்தையும் தியாகத்தையும் அறவாழ்வையும் தம்முடைய மக்கள் தவறவிடக் கூடாதெனத் தன்னுடைய

உரைகளிலும், எழுத்துக்களிலும் ஆழமான கருத்துக்களை முன்வைத்துக்கொண்டேயிருந்தார். அம்பேத்கரிய ஆய்வாளர் ஆஹிர் சொல்வதைப் போன்று மக்களை ஒழுங்குபடுத்தப்பட்ட முறையில் திரட்டத் தொடங்கினார். அவர்களிடையே ஒரு 'புதிய வாழ்வை'த் தொடர ஊக்கமளித்தார்.[4]

அம்பேத்கர் என்னும் ஆளுமையைப் பற்றியும் வேறுபட்ட துறைகளில் அவருடைய பங்களிப்பைப் பற்றியும் முனைந்து தேடுவது சமகாலத்தில் மிகவும் தேவைப்படுகின்ற ஒன்றாகும். ஒரே நேரத்தில் இவ்வளவு அவதூறுகள் அம்பேத்கர்மீது சுமத்தப்படுவதும் இந்தக் காலகட்டத்தில்தான். முழுமையான அம்பேத்கரைப் பற்றி அறிந்துகொள்ள ஆர்வங்கொள்ளாமல் இன்னும் ஜாதியைப் பற்றிய, மதமாற்றம் குறித்த சில ஆய்வுகளே இங்குக் கவனப்படுத்தப்படுகின்றன. அம்பேத்கருடைய இயக்கத்தின் வேர்களை வெளிக்கொணர்கிற ஆய்வுகள் குறைவாகவே வெளிவந்திருக்கின்றன. அம்பேத்கர் ஒரு பத்திரிகையாளர் அல்லது அம்பேத்கரின் பத்திரிகைகள் எனும்போது 'மற்றவர்க'ளின் கண்கள் விரிவடைகின்றன, ஆச்சரியம் கொள்கின்றன, நம்ப மறுக்கின்றன.

இந்தியச் சமூகத்தில் பெரும் தாக்கத்தை ஏற்படுத்தியவர்களில் முதன்மையானவர் டாக்டர் அம்பேத்கர். அரசியல், பொருளாதாரம், வரலாறு, தத்துவம், மானுடவியல், சமயம், கல்வி என எல்லாத் துறைகளிலும் தன்னுடைய அறிவாற்றலை வெளிப்படுத்தியவர். எனவே அவர் பல்வேறு தளங்களில் ஒரே நேரத்தில் செயல்பட வேண்டியிருந்தது. முன்னாள் குடியரசுத் தலைவர் கே.ஆர். நாராயணன், டாக்டர் அம்பேத்கரை 'வியக்கத்தக்க பல்வேறு ஆளுமைகள் கொண்ட மனிதர்' என்று தன்னுடைய கட்டுரைகளில் குறிப்பிடுகின்றார்.[5] அம்பேத்கருடைய பதிப்பு முயற்சிகளை அவருடைய பல்வேறு சமூக அரசியல் செயல்பாடுகளிலிருந்து தனித்த ஒன்றாக நாம் புரிந்து கொள்ளக் கூடாது. பொது உரிமைக்கான அவருடைய தொடர் போராட்டம், கல்வியைப் பெற்றுத் தருவதற்கான பெரு முயற்சிகள், அரசியல், பொதுவெளிக்கான உரிமைகள், ஹிந்து மதப் புறக்கணிப்பு என்னும் ஒடுக்கப்பட்ட மக்களின் விடுதலைக்கான நீண்ட நெடிய முயற்சிகளின் வரிசையிலேயே நாம் புரிந்துகொள்ள வேண்டும்.

சமூக நீதியின் அடிப்படையில் ஒடுக்கப்பட்டோரின் விடுதலை என்னும் அம்பேத்கருடைய அரசியலோடுதான் அவருடைய பத்திரிகை, ஆய்வு, அறிவுசார் செயல்பாடுகள், போராட்டங்கள், அரசியல் என எல்லாமும் அடங்கும்.

உரிமைகள் மறுக்கப்பட்டுக் கல்வி பயில வாய்ப்புகள் சிறிதுமற்ற மக்களைப் பேசவைப்பதற்காகவும், அவர்களைச் சிந்திக்க வைப்பதற்காகவும் அம்பேத்கர் தன்னுடைய அறிவை, ஆற்றலை, நேரத்தை, உழைப்பை, பதவியை, அதிகாரத்தை, கல்வியை, தன் முழு வாழ்க்கையையும் விடுதலைக்கான பரிசோதனை முயற்சியாகச் செய்து பார்த்தார். ஒடுக்கப்பட்ட மக்களின் மனதில் மகிழ்ச்சியையும், நடைமுறையில் கண்ணியமான எதிர்காலத்தையும் அமைத்துத் தந்திட வேண்டும் என்கின்ற பெருங்கனவின் தொடக்கம்தான் அவருடைய பத்திரிகைகள். அம்பேத்கருடைய அந்தப் பத்திரிகைகள் குறித்த சித்திரத்தை அறிமுகமாக வழங்க முயற்சி செய்கிறது இந்தச் சிறுநூல்.

தலித்துகளும் ஊடகமும்

2019இல் வெளியான ஆக்ஸ்ஃபாம் என்னும் பன்னாட்டு தொண்டு நிறுவனத்தின் அறிக்கை இந்தியாவின் முக்கிய ஊடகங்களின் தலைமைப் பதவியிலும், விவாதங்களை நெறியாளுகை செய்கின்ற பொறுப்பிலும் எந்த ஒரு தலித்தும், பழங்குடியின வகுப்பைச் சேர்ந்தவர்களும் இல்லை என்கிறது. ஜாதியைப் பற்றிய செய்தியை எழுதுகிற பத்திரிகையின் ஆசிரியர்களிலும் பாதிக்கும் மேற்பட்டவர்கள் 'உயர்' ஜாதியினரே என்பதையும் புள்ளி விபரங்களோடு வெளிப்படுத்தியிருக்கிறது. மற்றொரு ஆய்வு, இந்தியாவின் பொது ஊடகங்களில் முந்நூறுக்கும் மேற்பட்ட முக்கிய முடிவெடுக்கும் பொறுப்புகளில் ஒருவர் கூடத் தலித், பழங்குடியின ராக இல்லை என்கிறது.[6] ஆனாலும் மறுபுறத்தில் தலித்துகளைப் பற்றிய செய்திகள் முன்னெப்போதும் விடப் பரவலாகச் செய்தித்தாள்களிலும் பிற காட்சி ஊடகங்களிலும், வலைத்தளங்களிலும் தற்போது இடம் பெறுவதும் அவற்றின் மீது விவாதங்கள் நடைபெறுவதும் சொல்லத் தகுந்த பெரும் மாற்றமாகும்.

தலித்துகள் பற்றிய செய்திகளை ஊடகங்கள் வெளியிடுவதில் கடந்த ஐம்பது ஆண்டுகளில் இந்திய அளவில் மட்டுமல்லாது உலகளவிலும் முன்பில்லாத வகைகளில் பல மாற்றங்களைக் கண்டிருக்கிறது. 'தலித்' என்கிற தனியானதொரு விடுதலைக் கருத்தாக்கம் வேர் கொள்ளாத சூழலில், எழுத்துலகில் தலித்துகளின் வருகையையும்

எழுச்சியையும் அம்பேத்கரின் இறப்பிற்குப் பிறகு டைம்ஸ் ஆஃப் இந்தியா நாளிதழ்தான் முறையாகப் பதிவு செய்தது. அந்நாளிதழின் இலக்கிய இணைப்பில் தலித் இலக்கியம் என்னும் பெயரில் வெளிவந்த கவிதைகளும் கதைகளும் அதில் பயன்படுத்தப்பட்ட மூர்க்கமான சொல்லாடல்களும் வெகு மக்களிடத்தில் புதியதொரு உரையாடலை தொடங்கி வைத்தன. அப்பகுதியை அறிமுகம் செய்த அதன் பொறுப்பாசிரியர் திலிப் பட்கோன்கர் 'தலித் இலக்கியத்திற்கான எல்லைகள் இருப்பினும், இந்நாட்டி லுள்ள மந்தமான இலக்கியச் சூழலில் ஒரு அதிகாரப்பூர்வ உடைப்பை இந்த எழுத்துக்கள் ஏற்படுத்தியிருக்கின்றன. பண்பாட்டு வெளியைத் தனதாக்கிக் கொண்டிருக்கிற நடுத்தரவர்க்க ஹிந்துக்களுக்கு எதிராக, அதன் (தலித்) எழுத்து களில் இருக்கிறவாறே, பெரும் விளைவை ஏற்படுத்தும் கலகமே அதன் பலமாகும்' என்று எழுதியது தலித் எழுத்துகளைத் தீவிரப்படுத்தியது எனலாம்.[7]

இதேபோன்று மாசாசூசெட்ஸிலிருந்து வெளியான புல்லட்டின் ஆஃப் கன்சேர்ன்டு ஏசியன் ஸ்காலர்ஸ்(*Bulletin of Concerned Asian Scholars*) என்னும் ஆய்விதழ் 1978ஆம் ஆண்டில் இந்தியாவின் மிகவும் குறிப்பிடத்தகுந்த கவிஞர்களான நம்தியோ தாசல்,[8] தயா பவார், ஜே.வி. பவார் ஆகியோரின் மராத்தி தலித் கவிதைகளை மொழியாக்கம் செய்து முதல் பதினொரு பக்கங்களில் ஆங்கிலத்தில் 'தலித் கவிதைகள்' என்றே தலைப்பிட்டு வெளியிட்டது.[9] அமெரிக்காவிலுள்ள வாட்டர் ஃபோர்டிலிருந்து தலித் என்னும் பெயரில், ஆய்வுக் கட்டுரைகள், செய்திக் குறிப்புகளை உள்ளடக்கி பன்னிரண்டு பக்கங்கள் கொண்ட ஒரு பன்னாட்டு செய்தி மடலைப் பேராசிரியர் ஜான் வெப்ஸ்டர் தான் ஆசிரியர் பொறுப்பிலிருந்த காலத்தில் 1996ஆம் ஆண்டிலிருந்து பத்தாண்டுகளுக்கு (2006ஆம் ஆண்டுவரை) வெளியீடு செய்தார். குறிப்பிடத்தகுந்த கறுப்பினத்தவர்களின் கல்விப்புலம் சார்ந்த ஆய்விதழான பிளாக் ஸ்காலர்லிலும் தலித் கவிதைகள் இடம் பெற்றன.[10]

பண்டிதர் அயோத்திதாசர், தாத்தா ரெட்டமலை சீனிவாசன், டாக்டர் அம்பேத்கர்,[11] சாகு மகாராஜா, அம்பேத்கருடைய உதவியாளரும் ஆய்வாளருமான பகவான்தாஸ், பேராசிரியர். லட்சுமி நரசு போன்றவர்களின் பிறந்த நாள் அல்லது நினைவு நாட்களில் அவர்களைப் பற்றிய கட்டுரைகளை வெளியிடும் போக்கு தற்போது அதிகமாகத் தென்படுகிறது. பெஷாவாக்களுக்கு எதிராக மகர் வீரர்களின் வெற்றியைக் குறிப்பிடும் நினைவிட மான பீமா கோரேகான் ஆண்டு நிகழ்வுகள், அரசியலமைப்பு நாள் பற்றிய உரையாடல்கள் அச்சு ஊடகங்களில் வெளியாகின்றன.

தலித் வரலாற்று மாதம் என்னும் பெயரில் கடந்த கால வரலாற்று நினைவுகளுக்கும் விவாதங்களுக்கும் பத்திரிகைகள் களம் அமைத்துத் தருகின்றன.[12] 'தலித் அதிகாரம்', 'தலித்துகளின் கலகம்', 'தலித்துகளின் எழுச்சி' 'தலித்துகளின் கோபம்' என்னும் தலைப்புகளில் முகப்புச் செய்திகளை ஆங்கிலத்தில் பார்க்க முடிகிறது. இதழியல் பரப்பில் தலித்துகளுக்கான வெளி ஓரளவு ஊடகங்களால் உருவாக்கப்பட்டிருக்கிறது என்பதை இது போன்ற புதிய போக்குகள் வெளிச்சமாக்குகின்றன.

தலித் என்ற சொல்லைப் பயன்படுத்தக் கூடாது எனத் தகவல் மற்றும் ஒளிபரப்பு துறை அமைச்சகம் 'மிக அவசரம்' எனக் குறிப்பிட்ட சுற்றறிக்கையை அனைத்து தனியார் தொலைக்காட்சிகளுக்கும் அனுப்பிய போது அந்தச் சொல்லாடல் குறித்த விவாதங்கள், தலித்துகள் மீதான வன்முறைகள், இழிதொழில்கள், பஞ்சமி நிலம், தமிழ்த் திரைப்படங்களில் ஜாதி பற்றிய கட்டுரைகள், தலித்துகளின் இசை பற்றிய கட்டுரைகளும் செய்திகளும் இந்திய பத்திரிகைகளில் மட்டுமல்லாது பன்னாட்டு ஊடகங்களிலும் வெளியானது.[13] இங்கிலாந்தின் இண்டிப்பென்டன்ட் நாளிதழில் ஆண்ட்ரூ பன்காம் தலித் பிரச்சினைகளை எழுதி மேற்குலகில் விவாதத்தை ஏற்படுத்தியதைப் போன்று இந்தியன் எக்ஸ்பிரஸ் நாளிதழ், ஆய்வாளர் சுரஜ் யங்டே நெறியாளுகையில் *'Dalitality'* என்னும் தலைப்போடு இரு வாரங்களுக்கொருமுறை தலித்துகளின் பிரச்சினைகளை மட்டும் கவனப்படுத்திப் பேசுவதற்கும், உரையாடுவதற்குமான கட்டுரைகளை வெளியிடுகிறது.[14] கல்வி நிறுவனங்களில் ஜாதியப் பாகுபாடுகள் எந்தளவில் கடைப்பிடிக்கப்படுகின்றன என்பதையும் 'வகுப்பறையில் ஜாதி' *(caste in the classroom)* என்னும் தலைப்பிலும் செய்திகளை அதே நாளிதழ் தொடர்ச்சியாக வெளியிட்டதும் குறிப்பிடப்பட வேண்டியதாகும்.[15]

இந்தியாவின் முதல் தலித் ராக் இசைக்குழு தம்மா இறகுகளின் கபீர் சாக்யா என்னும் கட்டுரையையும் பா. ரஞ்சித்தின் காஸ்ட்லஸ் கலெக்டிவ் இசைக்குழு பற்றிய கட்டுரைகளை *தி ஹிந்து, பிபிசி, நியூஸ் 18, டெக்கான் கிரானிக்கல், விகடன், தி காரவன்* இதழ்களும் வெளியிட்டன, 'கொடூரமான ஜாதிய அமைப்பை இந்திய இசைக்குழு அசைக்கிறது' என்னும் மிக முக்கியமான தலைப்பைக்கொண்டு *தி கார்டியன்* பத்திரிகையும், 'கலக இசைக்கலைஞர்கள் இந்தியாவின் ஜாதியமைப்பிற்கு எதிராகப் போராடுகிறார்கள்' என பிபிசியும் காஸ்ட்லஸ் கலெக்டிவ்வை அடையாளப்படுத்தியது. இது பன்னாட்டு அளவில் தலித்துகளின் இசைக்கும், அவர்களது பண்பாட்டு மரபிற்கும் கிடைத்த பெரும் அங்கீகாரமாகும்.

வெகு ஜன இதழாக அறியப்பட்ட *ஆனந்த விகடன்* போன்றவற்றிலும் தலித்துகள் பற்றிய செய்திகள் தொடர்ச்சியாக இடம் பெறுகின்றன. ஆதிக்க ஜாதியினரின் வன்முறைகள், பாலியல் வன்கொடுமைகள், துப்புரவுத் தொழிலாளர்கள் பற்றிய கட்டுரைகளோடு தலித் ஊராட்சித் தலைவர்கள் ஜாதியால் எப்படிப் பாகுபடுத்தப்படுகிறார்கள், அவமதிக்கப்படுகிறார்கள் என்பதை ஊராட்சித் தலைவர்களின் புகைப்படத்தோடு வெளியிட்டது.[16] ஆதிதிராவிட மாணவர் விடுதிகளின் அவல நிலையை உரிய தரவுகளோடும் புகைப்பட ஆதாரங்களோடும் *பிரண்ட்லைன்* இதழும், *ஹிந்து* பத்திரிகையும் வெளியிட்டன.[17]அரிதாகச் சிறைச்சாலைகளில் எவ்வாறு ஜாதியமைப்பு சமூகத்தில் காணப்படும் படிநிலையைப் போலவே செயல்படுகிறது என்பதை முதன்முறையாகப் பொதுவெளிக்குக் கொண்டு வந்தது *தி வயர்* இணையதளம்.[18]

வெகுமக்கள் ஊடகங்களில் மட்டுமல்லாது நிலவியல், புவியியல், சூழலியல் செய்திகளை மட்டுமே மையப்படுத்தி வெளிவருகின்ற *National Geographic Magazine* இதழும் மனித உரிமை கண்காணிப்பகத்தின் 'தலித்துகளுக்கு எதிரான குற்றங்களின் எண்ணிக்கை' பற்றிய அறிக்கையை அடிப்படையாகக்கொண்டு 'இந்தியாவில் தீண்டப்படாதவர்கள் வன்முறையையும் பாகுபாட்டையும் எதிர்கொள்கிறார்கள்' என்னும் தலைப்பில் ஒரு விரிவான கட்டுரையை வெளியிட்டது. ஹிந்து மதத்தின் அடித்தளத்தில் ஜாதியமைப்பு இருப்பதையும் காவல்துறையும், கிராம நிர்வாகமும், அரசு அலுவலர்களும் அந்த ஜாதியமைப்பிற்கு ஆதரவளிப்பதையும் வெளிப்படையாக எழுதியது.[19] சுற்றுச்சூழல் குறித்த பிரச்சினைகளையும் தகவுகளையும் ஆய்வடிப்படையில் வெளியிடுகிற *டவுன் டு எர்த்* இதழும் ஜாதியமைப்பு பல நூற்றாண்டுகளைத் தாண்டி எவ்வாறு உயிர்ப் பெறுகிறது என்னும் கட்டுரையை வெளியிட்டது.[20] விமர்சனத்தன்மையை விடுத்து ஒரு செய்தியாகத் தமிழ்நாடு தீண்டாமை ஒழிப்பு முன்னணியின் புள்ளி விபரங்களின் அடிப்படையில் அன்றாட வாழ்வில் நாம் வாழும் ஜாதியச் சமூகத்தில் மறைமுகமாகவும் நேரடியாகவும் கடைப்பிடிக்கப்படும் எண்பதுக்கும் மேற்பட்ட தீண்டாமையின் வடிவங்களை *தி ஒப்பன்* இதழ் வெளியிட்டது.[21] அதே இதழ் ஜாதிய சமூகத்தில் தலித் தொழில் முனைவோர்களை நெருக்கடியான சூழலிலிருந்து வெற்றிபெற்று உயர்ந்தவர்களாக மதிப்பிட்டு, மரபுத் தொழிலைவிட்டு நவீனத் தொழில் துறைகளில் சாதனையாளர்களாக இருக்கும் தலித்துகளை முகப்புப் படக் கட்டுரையாக வெளியிட்டது.[22]

பல ஆண்டுகளாக தலித் பெண்கள் மீது திட்டமிட்டு நடத்தப்படுகின்ற பாலியல் வல்லுறவுகளைப் பற்றித் துளியும்

கவலைப்படாத ஊடகங்கள் கடந்த சில ஆண்டுகளில் குறிப்பிடத்தகுந்த மாற்றத்தைக் கண்டிருக்கின்றன என்பதை எடுத்துக்காட்டுகளோடு புரிந்துகொள்ளலாம். உத்திரபிரதேச மாநிலம் ஹத்ராசில் தலித் பெண் ஒருவர் மீது தொடுக்கப்பட்ட பாலியல் வன்கொடுமையை இந்திய ஊடகங்கள் மட்டுமல்லாது பன்னாட்டு ஊடகங்களும் செய்திகளாகவும் முகப்புக் கட்டுரை களாகவும் வெளியிட்ட நிலையில். *அவுட் லுக்* சிறப்பு கவனத்தைக் கொடுத்து அட்டைப்படக் கட்டுரையாக வெளியிட்டது. சிறந்த நூல்களை வாசகர்களுக்கு அறிமுகம் செய்வதிலும், நூல் மதிப்புரைகளுக்கும் பெயர் பெற்ற லண்டன் *ரிவ்யூ ஆஃப் புக்ஸ்* இந்த வன்கொடுமையைப் பற்றி விரிவான செய்தியைப் பகிர்ந்துகொண்டது. 'தலித் பெண்கள் உலகத்திலேயே மிகவும் ஒடுக்கப்பட்டவர்களில் ஒருவராக இருக்கிறார்கள்' என்று பிபிசி இதே நிகழ்விற்குச் செய்தி வெளியிட்டது.[23] பாரிஸை தலைமையிட மாகக்கொண்டு செயல்படுகிற பிரான்ஸ்24 என்னும் ஊடகம் ஐந்து நிமிட வீடியோ காட்சியுடன் படுகொலை செய்யப் பட்ட பெண்ணின் பெற்றோர்கள், குடும்ப உறுப்பினர்களின் சாட்சியத்தோடு வன்கொடுமைக்கு ஆளான பெண்ணுக்குரிய நீதியைக் கோரியது. *இந்தியா டுடே* செய்தி ஊடகம் 'இது பெண்கள் வாழ்வதற்குரிய நாடா? என்னும் கேள்வியைக் கேட்டு அதன் செய்தியாளர் நேரடியாக ஹத்ராசிலிருந்து ஒளிப்பதிவு செய்தார். அதே காலகட்டத்தில் இந்தியா டுடே தலித் பெண்களுக்கு எதிராக அதிகரிக்கும் குற்றங்கள் என்னும் முகப்புக் கட்டுரையையும் வெளியிட்டது.[24]

தலித் ஆளுமைகள், தலித்துகளைப் பற்றிய வரலாற்று ஆய்வுகள், தலித்துகளின் கலை வடிவங்கள், தலித் இலக்கியங்கள், தலித் திரைப்படங்கள், நூல் மதிப்புரைகள், நூல் வெளிவரும் முன்பே நூலின் முக்கியப் பகுதிகளை வெளியிட்டு நூல் குறித்த அறிமுகங்கள் எனத் தொடர்ந்து வெளிவருகின்றன. ஆனால் ஊடகங்களின் தலித்துகள் குறித்த 'கூட்டு பிம்பம்' என்பது அவர்கள் மீது ஆதிக்க ஜாதிகள் தொடுக்கிற வன்கொடுமைகளும் பெண்கள் மீது நிகழ்த்தப்படுகின்ற வல்லுறவுகளும், ஜாதியப் பாகுபாடுகளும், வறுமையும், குற்றப் பின்னணியும் படிப்பறிவே இல்லாமல் இட ஒதுக்கீடுகளுக்காக ஏங்குபவர்கள் என அரை குறை புரிதல்களாகவே வெளிப்படுகின்றன. ஊடகங்களுக்குத் தலித்துகளைப் 'பாதிக்கப்பட்ட ஒருவராக'க் காட்சிப்படுத்துவது தான் முக்கியமே தவிர அவர்களை முன்னிலைப்படுத்திய செய்திகளையோ அறிவுசார் வரலாற்றையோ பொதுச் சமூகத்தின் முன்பாக மறந்தும் கொடுத்துவிடக் கூடாது என்னும் நிலையும் மேலோங்கி நிற்கிறது.

தலித்துகளை இன்னும் ஜாதிய அடுக்கிலுள்ள 'கீழ்நிலை' மக்கள் என்னும் அளவிலேயே அணுகுகின்றன என்பதற்குச் சில எடுத்துக்காட்டுகளைப் பார்க்கலாம். ரோஹித் வெமுலா என்னும் ஆய்வு மாணவர் ஜாதியப் பாகுபாட்டினால் தற்கொலை செய்துகொண்ட நேரத்தில் உயர்கல்வி நிறுவனங்களில் தற்கொலை செய்துகொண்ட தலித் மாணவர்களைக் குறித்த செய்திகள் வெளியிடப்பட்டன. ஐதராபாத் மத்திய பல்கலைக்கழகத்தில் முனைவர் பட்ட ஆய்வு மேற்கொண்ட செந்தில்குமார் என்னும் தற்கொலை செய்து இறந்து போன தலித் மாணவன் குறித்த செய்தியில் அவருடைய சமூகப் படுகொலையைக் குறித்த எந்தப் பகுப்பாய்வையும் செய்யாமல் ஜாதிய சமூகத்தைப் பற்றிய எந்தவொரு விமர்சனத்தையும் முன்வைக்காமல், *தி ஹிந்து* பத்திரிகை அந்த மாணவரின் புகைப்படத்தையும் வெளியிடாமல், பன்னியாண்டி என்னும் அவருடைய ஜாதியைக் குறிப்பிட்டு, அவருடைய பெற்றோர்கள் பன்றியின் தொழுவத்தில் பன்றியோடு நின்றுகொண்டிருப்பதை வண்ணப்படத்தில் செய்தியாக வெளியிட்டது.[25]

இந்தியாவின் 70ஆவது சுதந்திர நாளை முன்னிட்டுச் சிறப்பிதழாக வெளியிடப்பட்ட *இந்தியா டுடே* இதழில் சுதந்திரம் என்பதைக் குறித்த கருத்துக்களை முக்கிய ஆளுமைகளின் வார்த்தைகளோடு அதைப் பிரசுரித்திருந்தது. கையால் மலம் அள்ளும் தொழில் முற்றிலும் ஒழிக்கப்பட வேண்டும், அவர்களுக்கு மறுவாழ்வு அளிக்கப்பட வேண்டும் என்பதற்காகக் களத்தில் போராடிக் கொண்டிருப்பவர் பெஜவாடா வில்சன். அண்மையில் அவருக்கு மகாசேச விருதும் வழங்கி கவுரவப்படுத்தப்பட்டார். சுதந்திரம் என்பதைப் பற்றிய அவருடைய அனுபவத்தையும் கருத்தையும் பெற்றுக்கொண்டு, சுத்தமான நல்ல ஆடை அணிந்த நிலையில் மலக்குழிக்குள் அவரே இறங்குவதைப் போல ஒரு படத்தை வெளியிட்டது. படித்தவர், இழிதொழிலை ஒழிப்பதற்காகப் போராடுபவர் 'அந்த' இடத்திலிருந்து வெளியேறுவது அல்லது மீண்டும் 'அதே' இடத்திற்குத் தானே விரும்பிச் செல்வது என வேறுபட்ட பொருள் தருகின்ற ஒரு புகைப்படத்தின் வழியாகத் துப்புரவுத் தொழிலாளி என்னும் பிம்பத்தை அவருக்கு உருவாக்க முனைந்தது அந்தக் கட்டுரை.

தலித்துகளின் முக்கியப் பிரச்சினைகளான இழிதொழில்கள், தீண்டாமையின் அன்றாட அவலங்கள், கல்வி, பொருளாதாரத்தில் வளர்ச்சி பெற இயலாமைக்கான காரணிகள், ஆணவப் படுகொலைகள் குறித்த பகுப்பாய்வினையோ, விவாதத்தையோ இன்னும் ஊடகங்கள் முழுமையாகத் தொடரவில்லை என்றே சொல்லலாம். அது குறித்த செய்திகளை மட்டுமே வெளியிடுவதே

தங்களது கடமை என்று ஒதுங்கிக் கொள்ளும் மனநிலையே இருக்கிறது.

கையால் மலம் அள்ளுவதைப் பற்றிய செய்திகளை முன்பே *ஃப்ரண்டலைன்* இதழ்[26] வெளியிட்டிருந்தாலும் முதன் முறையாக ஆங்கில வாசகர்களுக்குத் துப்புரவுத் தொழிலாளர் களின் வாழ்வையும் கொடூர மரணங்களையும் வெளிப்படுத்தும் புகைப்படக் கலைஞர் பழனிக்குமாரின் 18 புகைப்படங்களைக் கொண்ட கட்டுரையை *தி காரவன்* இதழ்[27] வெளியிட்டது. அதேபோன்றே வெவ்வேறு தலித் உரிமைகளுக்காகத் தங்கள் குரலை எழுப்பியதற்காகப் படுகொலை செய்யப்பட்ட அந்தக் குடும்ப உறுப்பினர்களின் புகைப்படங்களோடு படுகொலைக்கான காரணம் பற்றிய சிறிய குறிப்புகளோடு பிபிசி ஒரு புகைப்படக் கட்டுரையை வெளியிட்டது. இந்தப் படுகொலைக்கான காரணங்களில் அம்பேத்கர் பற்றிய பாடலை அலைபேசியின் அழைப்பு மணியாக வைத்திருந்தது, அம்பேத்கரின் பிறந்த நாள் நிகழ்வை ஒருங்கிணைத்தது, கிணறு வெட்டியது, ஜாதி ஹிந்து பெண்ணோடு பேசியது போன்றவையும் அடங்கும்.[28]

அண்மையில் 'கையால் மலம் அள்ளுதல்: பாகிஸ்தானில் ஜாதிய அடிப்படையிலான பாகுபாடுகள் நீடிக்கின்றன' என்னும் தலைப்பில் *நியூயார்க் டைம்ஸ்* செய்தித்தாளில் வெளிவந்த கட்டுரையின் அடிப்படையில் *இந்தியன் எக்ஸ்பிரஸ்* ஒரு கட்டுரையை வெளியிட்டது. அதில் இந்தியாவில் ஜாதிய பாகுபாடுகளைத் தடைசெய்வதில் வெவ்வேறு விதங்களில் வெற்றி கொண்டாலும் பாகிஸ்தானில் ஏறக்குறைய அரசாங்கத்தின் ஆதரவோடு ஜாதிப் பாகுபாடுகள் நடைபெறுவதாக எழுதியது. இந்தியாவில் ஜாதியை ஓரளவில் தடை செய்துவிட்டதாகவும் கையால் மலம் அள்ளும் இழிவு இங்கு இல்லை என்றும் அது அண்டை நாடான பாகிஸ்தானில் மட்டுமே இருப்பதாகவும் ஒரு தோற்றத்தைத் தன்னுடைய வாசகர்களுக்கு அப்பத்திரிகை உருவாக்கித் தருகின்றது.

உண்மையில் நியூயார்க் டைம்ஸின் செய்தி 'கிறிஸ்தவர்கள் மட்டுமே சாக்கடை சுத்தம் செய்யும் பணிக்கு விண்ணப்பிக்கவும்' எனத் தலைப்பிட்டு மதம் மாறிய கிறிஸ்தவர்களும் ஜாதியப் பாகுபாட்டிலிருந்து தப்பிக்க முடியாது. படித்திருந்தாலும் பிள்ளை களும் அந்த இழிதொழிலைச் செய்யவே தள்ளப்படுகிறார்கள் என்னும் ஜாதியின் கொடூரத்தை மையப்படுத்தியதாகும்.[29]

கடந்த 2020ஆம் ஆண்டு ஜார்ஜ் ஃபிளாய்ட் என்னும் கறுப்பினத்தவர் அமெரிக்கக் காவலர் ஒருவரால் கழுத்தை நெறித்துப் படுகொலை செய்யப்பட்டபோது அது பற்றிய

செய்திகள் உலகெங்கிலுமுள்ள ஊடகங்களில் பெரும் விவாத மானது. அப்போது இந்தியாவிலும் அவை பற்றிய செய்திகள் ஊடகங்களில் பதிவு செய்யப்பட்டன. *தி ஹிந்து* ஆங்கில நாளிதழ் கிட்டத்தட்ட ஒரு மாதங்கள் தொடர்ந்து அது பற்றிய செய்தியை வெளியிட்டுக்கொண்டேயிருந்தது. தலித்துகள் மீதான வன்முறைகளைக் கவனப்படுத்துவதில் இப்படியொரு தொடர் செய்திகள் வெளியிடப்பட்டு விவாதங்கள் ஏற்படுத்து வதை ஊடகங்கள் விரும்புவதில்லை. அப்படியொரு போக்கு இருந்தால் பெரும் மாற்றத்தை நம்முடைய சமூகம் எப்போதோ எதிர்கொண்டிருக்கும். விதிவிலக்காக 'இந்தியாவின் ஜார்ஜ் ஃபிளாய்ட் யார்?' என்னும் கேள்வியை *அவுட்லுக்* இதழ் எழுப்பியது. *தி காரவன்* இதழ் 'தலித்துகளின் உயிரும் முக்கியமானதே' என முகப்புக் கட்டுரையை வெளியிட்டு உரையாடலைத் துவங்க முயற்சித்தது.[30]

குடியுரிமை பாதுகாப்புச் சட்டத்திற்கு எதிராக, 'தேசம் காப்போம்' என்கிற பொருளில் தமிழக அளவில் ஒரு மாபெரும் மாநாட்டை, மக்கள் திரள் பேரணியோடு விடுதலைச் சிறுத்தைகள் கட்சி திருச்சியில் கடந்த 2020ஆம் ஆண்டு பிப்ரவரி மாதம் 22ஆம் தேதி நடத்தியது. அம்மாநாட்டில் ஏறக்குறைய ஒரு இலட்சத்திற்கும் மேற்பட்டவர்கள் கலந்துகொண்டார்கள் என்று அந்தக் கட்சியினால் மதிப்பிடப்பட்டது.[31] ஆனால் தமிழக ஊடகங்கள் அம்மாநாட்டைக் குறித்து எதுவும் வாய் திறக்க வில்லை. பெட்டிச் செய்தியாக விடுதலைச் சிறுத்தைகள் கட்சியின் தலைவர் தொல். திருமாவளவன் அவர்களின் புகைப்படத்தோடு சிறிய நிகழ்வாக அந்த மாநாட்டைக் குறைத்து மதிப்பிட்டதையே மக்களிடத்தில் ஊடகங்கள் முன்நிறுத்திக்கொண்டன. *தி ஹிந்து* நாளிதழ் 'பல மணி நேரம் போக்குவரத்து பாதிப்பு, பொதுமக்கள் கடும் அவதி' என்ற செய்தியைப் பரவலாக்கியது.[32] ஒப்பீட்டளவில் விடுதலைச் சிறுத்தைகள் கட்சி நடத்திய பேரணியில் இதுவே மிகப் பெரும் எண்ணிக்கையில் நடந்த பேரணியாகும். மற்ற தலித் தலைவர்களைவிட விடுதலைச் சிறுத்தைகள் கட்சியின் தலைவரான முனைவர் தொல். திருமாவளவன்தான் காட்சி ஊடகங்களிலும் அச்சு ஊடகங் களிலும் மிக அதிக அளவில் நேர்காணல் செய்யப்பட்டிருக்கிறார்.[33]

2020லேயே தலித்துகளை ஒருங்கிணைக்கிற மாநாடு பற்றிய செய்திகள் பத்திரிகைகளில் இவ்வாறு பதிவு செய்யப்பட்டால் சுமார் நூறு ஆண்டுகளுக்கு முன்பாக தலித்துகள் மீது பெரும் காழ்ப்புணர்ச்சியும் பாகுபாடுகளும் வெளிப்படையாக நடந்துகொண்டிருந்த காலத்தில் எப்படியிருந்திருக்கும் என்பதை நாம் கற்பனை செய்துகொள்ளலாம்.

அம்பேத்கரும் ஊடகமும்

'நம்நாட்டில் வெளிவந்துகொண்டிருந்த செய்தித்தாள்களின் போக்கு எப்போதும் அம்பேத்கருக்கு விரோதமாகவே அமைந்திருப்பது வழக்கம்' என்று டாக்டர் அம்பேத்கரின் வாழ்க்கை வரலாற்று நூலையும், அவருடைய எழுத்துகளையும் தொகுத்த வசந்த் மூன் குறிப்பிடுகிறார்.[34] அம்பேத்கர் ஊடகத்திற்கு பரிச்சயமானவர் அல்ல என்று அம்பேத்கருடைய உதவியாளரும் அவருடைய எழுத்துகளையும் பேச்சுக்களையும் முதலில் தொகுத்து வெளியிட்ட ஆய்வாளருமான பகவான் தாஸ் பதிவு செய்கிறார்.[35] அம்பேத்கர் மராத்திப் பத்திரிகைகள் மட்டுமல்லாது பிற பத்திரிகைகளிலும் புறக்கணிக்கப்பட்டேயிருந்தார். அவரைப் பற்றி வெளியான செய்திகளிலும் ஏளனமும் அம்பேத்கர் என்னும் ஆளுமையையும் அவருடைய பணிகளை மறுக்கும் தொனியும் அவர் செய்வதெல்லாம் தவறு என்னும் போக்கும் காணப்பட்டது.[36] வட்டமேசை மாநாட்டிற்குப் பிறகுதான் அம்பேத்கருக்கு வழியனுப்பு விழா, வரவேற்பு விழா எனப் பல்லாயிரம் தொண்டர்களாலும் பத்திரிகையாளர்களாலும் அம்பேத்கர் கொண்டாடப்பட்டார் என தனஞ்செய்கீர் குறிப்பிடுகிறார்.[37]

'தன்னை நசுக்கிப் பிழிந்த துன்பங்களும் முடிவுறாத தொந்தரவுகளும் சூழ்ந்திருந்த நேரத்திலும் எல்லாப் பக்கங்களிலும் இருந்து

தன் மீது அவதூறுகள் வீசப்பட்டுக்கொண்டிருந்த சூழலிலும் ஹிந்துக்கள் நடத்தும் பத்திரிகைகளே அவ்வாறான தாக்குதல்களைத் தன் மீது அதிகமாகத் தொடுத்துக் கொண்டிருந்த வேளையிலும் தனிநபராகவே தன்னுடைய மக்களுக்குச் சாதித்திருக்கிறேன்'

என்று மனம் வருந்தி தன்னுடைய உதவியாளர் ராட்டுவினிடத்திலே ஒருமுறை அம்பேத்கர் குறிப்பிட்டார்.[38] பத்திரிகைகள் அவரைத் தொடர்ந்து அவமதிப்பு செய்துகொண்டேயிருந்தாலும் தன்னைப் பற்றிய எத்தகைய மதிப்பீடுகளை ஜாதி ஹிந்து பத்திரிகைகள் கொண்டிருந்தாலும் அப்பத்திரிகைகளைத்தான் தம் மக்களின் பிரச்சினைகளுக்காக உரையாடும் களமாக அம்பேத்கர் பார்த்தார்.

'தலித்துகளுக்கு எதிராகச் சமகாலத்தில் நடக்கிற வன்முறைகளுக்கும் எதிர்காலத்தில் நடக்கப் போகிற வன்கொடுமைகளுக்கும் எதிராக மக்களிடம் பேசுவதற்குச் செய்தித்தாள்களைவிடச் சிறந்த கருவி இல்லை' என்பது அம்பேத்கருடைய நம்பிக்கை. அதை விடுதலைக்கான தொடர்பியல் கருவி என்பது மட்டுமல்ல அதிகாரமிக்கதாகவும், சமூக மாற்றத்தின் அடிப்படை ஆதாரங்களில் ஒன்றாகவும் அவர் கருதியிருக்கக்கூடும். இந்த அனுபவம் அவருக்குத் தன்னுடைய முதல் பத்திரிகையான மூக்நாயக் நடத்துவதற்குப் பின்புதான் கிடைத்திருக்க வேண்டும் என்று நாம் அனுமானிக்க இடமுண்டு. அம்பேத்கர் மகத் போராட்டத்தை நடத்தியதற்குப் பிறகு பம்பாய் மாகாணத்தில் ஜாதி ஹிந்துக்களால் நடத்தப்பட்டு வந்த ஊடகங்கள் தலித்துகளுடைய இந்தப் பெரும் திரள் போராட்டத்தையும் அவர்களுடைய உரிமைக் குரலையும் அம்பேத்கருடைய தலைமையின் வழியாகக் கிடைத்த பெரு வெற்றியையும் விமர்சனம் செய்தன. அந்தப் போராட்டம் 'ஒரு அவசர முடிவு' என ஜாதி ஹிந்துக்களுக்கு ஆதரவாக அப்பத்திரிகைகள் எழுதின. அப்போதும் மீண்டும் ஒருமுறை தலித்துகளால் நடத்த வேண்டிய பத்திரிகையின் தேவையைப் பற்றி அம்பேத்கர் உணர்ந்தார் என அவதானிக்கலாம்.

ஒரு ஒடுக்கப்பட்ட சமூகம் முன்னேறுவதற்கான செய்திகளை வெளியிடுவது அல்லது விவாதிப்பது பத்திரிகையின் வேலை என்பதாகக் குறுக்கிக்கொள்ளாமல் சமூக, அரசியல் விவாதங்களை மக்களிடத்தில் முன்வைத்தல் என்னும் அளவிலும் மக்களுக்கும் அரசாங்கத்திற்குமான இணைப்பை உருவாக்குவது என்கிற வகையிலும் செய்தித்தாள்களை 'ஜனநாயக அமைப்பின் ஒரு அடிப்படையான அங்கமாகவும் நல்ல அரசாங்கத்திற்குரிய அடையாளமாகவும்' அதுவே

மக்களுக்குக் கல்வி புகட்டுவதற்குரிய கருவியாகவும் இருக்கும் என அம்பேத்கர் பார்த்தார். அதன் வழியாக மக்களைப் பொறுப்புணர்வோடு கேள்வி கேட்பவர்களாக முன் எடுத்துச் சென்றார். இந்த முயற்சியில் எந்தளவில் வெற்றி பெறுவோம் அல்லது எந்தெந்தக் கேள்விகளுக்குப் பதில் கிடைக்கும் கிடைக்காது என்பதைத் தாண்டி, மக்களால் தேர்ந்தெடுக்கப்பட்ட அரசியல் பிரதிநிதிகள் எந்தளவில் தங்களுடைய பணிகளைச் செய்ய முடிந்திருக்கிறது, எது முடியவில்லை என்பதைக் குறித்த விவாதப் பகுதிகளைப் பத்திரிகைகள் வெளியிட வேண்டும் எனவும் அதற்கான பக்கங்களைத் தங்களுடைய பத்திரிகை களில் ஒதுக்க வேண்டுமெனவும் *பீப்பிள்ஸ் ஹெரால்டு* பத்திரிக்கையின் தொடக்க விழாவில் பேசினார்.[39] தம்முடைய அரசியலுக்கான நீதி என்ன என்பதைத் தீர்மானிக்கக் கூடியவர் களாக மக்களையே மையப்படுத்துகிறார். அதேநேரத்தில் சமகால ஊடகங்கள் எப்படி இயங்குகிறது என்பதைக் குறித்த விமர்சனத்தையும் அவர் மறக்கவில்லை.

> இந்தியாவில் ஊடகம் என்பது ஒரு காலத்தில் தொழிலாக இருந்தது. தற்போது வணிகமாக மாறிவிட்டது. ஒரு சோப்பு தயாரிப்பவருக்கு இருக்கும் நேர்மையைக்கூடக் கொண்டிருக்கவில்லை. பொதுமக்களுடைய பொறுப்பான ஆலோசகராகவும் தன்னை அது கருதவில்லை.[40]

> செய்தித்தாள்கள் பாரபட்சமாகச் செயல்படுகின்றன. அவைகள் உண்மையின் அடிப்படையில் செயல்படவில்லை. திரிக்கப்பட்ட உண்மைகளையே கொண்டிருக்கின்றன. காங்கிரஸின் கட்டுப்பாட்டில் செய்தித்தாள்கள் இயங்கு வதால் தலித்துகளின் பிரச்சினைகளுக்கு அவை முக்கியத்துவம் கொடுப்பதில்லை. . .

> ‘தலித்துகளுக்கு எந்தப் பத்திரிகையும் இல்லை. காங்கிரஸிற்கு எதிரான எந்த ஒரு செய்திகளையும் மற்ற பத்திரிகைகள் வெளியிடாது. அன்றாடம் சந்தித்து வரும் எங்களுடைய துன்பங்களையும் இன்னல்களையும் எந்த ஒரு பத்திரிகை யும் எப்போதும் வெளியிடுவதில்லை. சமூக அரசியல் குறித்த எங்களுடைய கேள்விகளைப் பற்றிய கருத்துக்கள் நன்கு திட்டமிட்ட முறைகளில் ஊடகங்களால் நசுக்கப்படு கின்றன.’[41]

ஊடகங்கள் நேர்மையற்ற முறையில் நடந்துகொண்டு, ஆளும் வர்க்கத்தினரின் அரசியலுக்கே பயன்படுகிறது. அவர்களுக்குப் பிறரைப் பற்றிய கவலையில்லை என்றே அம்பேத்கர் இங்கே மதிப்பிடுகிறார். பத்திரிகைகளின் அறம் குறித்த

கவலை அவருக்கு எப்போதும் இருந்து வந்தது. பத்திரிகைகள் எவ்விதமான சார்புமற்றதாகச் செயல்பட வேண்டும் என்றார். எனவேதான் பத்திரிகைகளில் வெளியாகின்ற விளம்பரங்களும் மக்களுக்கு பயனுடையதாகயிருக்க வேண்டும் என்கிற கருத்தையும் வலியுறுத்தி வந்தார். பண ஆசையை திருப்திப்படுத்தவே நிறைய பத்திரிகையின் ஆசிரியர்கள் விரும்புகிறார்கள். செய்தித்தாளுக்குரிய விதிமுறைகளை அவர்கள் பின்பற்றுவதில்லை. அசிங்கமான விஷயங்களுக்கு மருந்து கொடுப்பதைப் பற்றிய விளம்பரங்கள் மராத்தி செய்தித்தாளில் வெளிவருகின்றன. அவை பயன்படுத்து கிறவர்களின் உடல்நலத்தையே பாதிக்கச் செய்யும். போதைப் பொருட்களைப் பற்றிய விளம்பரங்களையும் சில செய்தித்தாள்கள் வெளியிடுகின்றன. அதில் பயன்படுத்தப்படுகின்ற மொழிநடை யும் ஆரோக்கியமற்றதாகவும் இருக்கின்றன என்றார்.

ஒவ்வொரு காலகட்டத்திலும் அம்பேத்கர் ஏற்றிருந்த பதவி களுக்கு ஏற்ப அவருக்கான அடையாளத்தைப் பத்திரிகைகள் தந்துகொண்டிருந்தன எனலாம். எடுத்துக்காட்டாக அம்பேத்கருடைய பொது வாழ்வின் ஆரம்ப காலத்தில் அவரை டாக்டர் அம்பேத்கர் பார்-அட்-லா என்றழைத்தன. டாக்டர் பட்டமும் வழக்குரைஞர் என்பதும் அடையாளமாயின. மகத் குளப் போராட்ட நேரங்களில் தீண்டப்படாதோரின் தலைவர், ஒடுக்கப்பட்டோரின் தலைவர் என்னும் அங்கீகாரத்தை வழங்கின. இந்திய சுதந்தர தொழிலாளர் கட்சியைத் தொடங்கிய நேரத்தில், தொழிலாளர் கட்சியின் தலைவர் என்னும் அடையாளமும் 40களில் வைசிராய் குழுவின் தொழிலாளர் குழு உறுப்பினர், அரசியலமைப்பை எழுதிய நேரத்தில் சட்ட அமைச்சராகவும் இந்திய அரசியலமைப்பை உருவாக்கிய சிற்பி எனவும் அவரை அடையாளப்படுத்தின.

'வட்டமேஜை மாநாட்டில் தீண்டப்படாதவர்கள் வெற்றி பெற்றனர். காந்தி தோல்வியுற்றார்' என்கிற அம்பேத்கரின் மதிப்பீட்டை அப்போதைய பத்திரிகைகள் எப்படி மதிப்பிட்டன எனப் பார்ப்போம். பாம்பே கிரானிக்கல்[42] பத்திரிகை வட்ட மேசை மாநாட்டில் 'அம்பேத்கர் தன்னைத் தானே புகழ்ந்து கொண்டார்' என்கிற தலைப்பில் செய்தியை வெளியிட்டது.[43]

'மகாத்மா காந்தி மிக ஆழ்ந்த தாக்கத்தை ஏற்படுத்தினார்'[44] என்றும் தலைப்பிட்டது.

'காந்தி ஒவ்வொரு முறையும் அவருடைய மாறுபட்ட தனித்தன்மைக்கும் காங்கிரஸின் அதிகாரத்திற்கும் அழுத்தம் தந்தார்.' அம்பேத்கருக்குப் பாராட்டு கிடைத்தது. ஆனால் எந்த பக்கத்திலிருந்தும் அங்கீகாரம் கிடைக்கவில்லை'[45] எனத்

தொடர்ந்து அம்பேத்கர் பற்றிய போலியான பிம்பத்தையே தன்னுடைய வாசகர்களுக்கு வலியுறுத்தியது.

ஆனால் வட்டமேசை மாநாட்டில் அம்பேத்கர் ஆற்றிய தொடக்க உரைதான் அங்கு ஆற்றப்பட்ட எல்லா உரைகளையும் விடச் சிறந்ததாகயிருந்தது என *ஃப்ரீ பிரஸ் ஜெர்னலின்* லண்டன் நிருபர் குறிப்பிடுகிறார். வட்டமேசை மாநாடு நடைபெற்று முடிந்த நேரத்தில் லண்டனில் வெளியான நூலிலும் 'திரு. காந்தி வட்டமேசை மாநாட்டின்போது லண்டனில் காந்தி தோல்வியடைந்தார். நாளுக்கு நாள் அம்பேத்கர் பெரும் புகழடைந்தார்' எனக் குறிப்பிடப்பட்டது.[46]

ஏன் பாரபட்சத்துடன் பத்திரிகைகள் நடந்துகொள்கின்றன என்கிற விளக்கத்தையும் அம்பேத்கர் இவ்வாறு கொடுத்தார்.

> 'காங்கிரஸின் ஆதிக்கத்தில் இரண்டு விசயங்கள் இருக்கிறது. காங்கிரஸின் தாக்கம் மக்களிடத்தில் இருப்பதற்குப் பத்திரிகைகளும் பணமும்தான் காரணம். இந்தியாவிலுள்ள அனைத்து பத்திரிகைகளையும் தனக்குப் பின்னால் வைத்துக்கொண்டிருக்கிறது. எனவே அது முழுமையாக பத்திரிகைகளின் கவனத்தைப் பெற்று விடுகிறது. நம்மால் தேசிய ஹிந்து ஊடகங்களிடமிருந்து எந்தக் கவனத்தையும் பெற முடியாது. போதிய நிதி ஆதாரம் இல்லாமலே நாம் இயக்கத்தை நடத்தி வந்திருக்கிறோம்'[47] என்றார்.

அம்பேத்கருடைய தொடக்க காலத்தில் மட்டுமல்ல, இறுதி காலத்திலும் இந்தச் சூழ்நிலை மாறாமலே இருந்தது. எந்த வடிவத்திலும் தீண்டாமையைக் கடைப்பிடிப்பது குற்றம் என்கிற தீர்மானத்தை பட்டேல் 1947ஆம் ஆண்டு ஏப்ரல் மாதம் 29ஆம் நாள் முன்மொழிந்தார். அப்போது அம்பேத்கரும் அந்த அவையில் தான் இருந்தார். எல்லோரும் மகாத்மா காந்தி வாழ்க என்று மேசையைத் தட்டி முழக்கமிட்டார்கள். அம்பேத்கரின் பெயரை யாரும் குறிப்பிடவில்லை. 'வரலாற்று மதிப்புடைய நிகழ்ச்சி, மானுட சுதந்திரத்தின் வெற்றி' எனப் பத்திரிகைகள் எழுதின. *நியூயார்க் டைம்ஸ்* பத்திரிக்கை அமெரிக்காவில் அடிமை முறையை ஒழித்ததோடு தொடர்புப்படுத்தியும் ரஷ்யாவில் அடிமைகள் விடுதலை செய்யப்பட்டதையும் இணைத்து எழுதியது. *நியூஸ் கிரானிக்கல்* பத்திரிகை வரலாற்றில் பெருஞ்சிறப்புமிக்கதோர் சாதனை என்று எழுதியது. *நியூயார்க் ஹெரால்டு டிரிபியூன்* பத்திரிக்கை இரண்டாம் உலகப் போருக்குப் பின் இவ்வுலகில் தோன்றிய தெளிவான புதிய ஒளியின் சுடர் என்று எழுதியது. வெளிநாட்டுப் பத்திரிகைகள் ஒன்றுகூட அம்பேத்கருடைய பெயரைக் குறிப்படவில்லை.[48]

அம்பேத்கர் பற்றிய செய்திகளை அக்காலத்திய முக்கியமான ஆங்கிலப் பத்திரிகைகளும் கவனத்தில் கொண்டிருந்தாலும் எல்லா நேரங்களிலும் அவை செய்திகளை வெளியிடவில்லை என்பதையே மேற்குறிப்பிட்ட இரண்டு எடுத்துக்காட்டுகளும் வெளிப்படுத்துகின்றன. குறிப்பாக மகத் போராட்டம் *(1927)*, வட்டமேசை மாநாடுகள் *(1930–32)*, பூனா ஒப்பந்தம் *(1932)* மதமாற்ற அறிவிப்பு *(1935)* அம்பேத்கருடைய மதமாற்ற நிகழ்வு *(1956)* போன்றவற்றில்தான் அதிகமான செய்திகளை அன்றைய பத்திரிகைகள் வெளியிட்டன.

லண்டனிலிருந்து வெளியாகின்ற *டைம்ஸ்* பத்திரிகைக்கும், அமெரிக்காவிலிருந்து வெளியாகின்ற *நியூயார்க் டைம்ஸ்* பத்திரிக்கைக்கும் அம்பேத்கர் பற்றிய செய்திகளை வெளியிடுவதில் பெருமளவில் வேறுபாடுகள் இருந்தன. *டைம்ஸ்* பத்திரிகை அம்பேத்கருடைய வட்டமேசை மாநாட்டு உரைகளை முழுமையாக வெளியிட்டது. அவருடைய இயக்கத்தையும் அதன் தலைவராகிய அம்பேத்கரையும் பெருமைப்படுத்தியது. ஆனால் *நியூயார்க் டைம்ஸ்* அப்படியான செய்திகளை வெளியிடவில்லை. பூனா ஒப்பந்தத்திற்கு முந்தைய காந்தியின் உண்ணாவிரதம் குறித்து, *டைம்ஸ்* பத்திரிகையே அம்பேத்கர் பற்றிய முழுமையான செய்திகளை வெளியிட்டது. *நியூயார்க் டைம்ஸ்* பத்திரிகை காந்தியைப் பற்றிய செய்தியை மட்டுமே வெளியிட்டது. அம்பேத்கரின் மதமாற்ற அறிவிப்பையும் *நியூயார்க் டைம்ஸ்* வெளியிடவில்லை, *டைம்ஸ்* பத்திரிகையே செய்தி வெளியிட்டது.[49]

அம்பேத்கர் பற்றிய செய்திகளை வெளியிடுவதில் காழ்ப்புணர்வுகள் இருப்பினும் *பாம்பே கிரானிக்கல், டைம்ஸ் ஆப் இந்தியா, பாம்பே சென்டினல், ஃபீரி பிரஸ் ஜர்னல், தி இண்டியன் டெய்லி மெயில், ஹிந்துஸ்தான் டைம்ஸ், ஸ்பெக்டேட்டர், நேஷனல் ஹெரால்ட், சண்டே அப்சர்வர், இந்தியன் எக்ஸ்பிரஸ், தி பயனியர், ஜெய்பீம், மெட்ராஸ் மெயில்,* காந்தி நடத்திய யங் இந்தியா, ஹரிஜன், எம்.என். ராய் தொடங்கிய *தி ராடிகல் ஹியூமனிஸ்ட், ரிவோல்ட், குடியரசு, ஆனந்த விகடன், தி ஹிந்து, இலஸ்ட்ரேட்டட் வீக்லி* போன்ற பத்திரிகைகளிலும் அவரைப் பற்றிய செய்திகள் வெளிவந்தன.[50] பிபிசி, அகில இந்திய வானொலியிலும் அம்பேத்கர் உரையாற்றி னார். பிபிசி அம்பேத்கரிடம் இரண்டு முறை நேர்காணலை நடத்தியது.[51]

வெளிநாட்டுச் செய்தித்தாள்களான லண்டனிலுள்ள டைம்ஸ் பத்திரிகை, ஆஸ்திரிலேயாவிலுள்ள கான்பரா டைம்ஸ், அர்மிடேல் எக்ஸ்பிரஸ், டெய்லி மெர்குரி, யார்க் ஆம்ஸ்டர்டாம்

நியூஸ், பால்டிமூர் ஆப்ரோ அமெரிக்கன், நார்ஃபோல்க் இதழ்களும், கிறிஸ்தவ மிஷனரிகளின் செய்தி மடலான மிஷிகன் கிறிஸ்டியன் அப்சர்வரிலும், யூதப் பத்திரிகைகளான ஜையோன்ஸ் ஹெரால்டு (Zion's Herald) இதழிலும், தி ஜீயிஸ் அட்வகேட் (The Jewish Advocate) இதழிலும் கறுப்பினத்தவர்களின் அறிவுஜீவிகளில் ஒருவராக அறியப்படுகிற டபிள்யூ.இ.பி. டூபோய்ஸ் தொடங்கிய குறிப்பிடத்தகுந்த தி கிரைசிஸ்[52] இதழிலும், பர்மாவிற்கு அம்பேத்கர் சுற்றுப் பயணம் மேற்கொண்டபோது பர்மாவிலுள்ள செய்தித்தாள்களும் அம்பேத்கர் குறித்த செய்திகளை வெளியிட்டன.[53]

அமெரிக்காவின் புகழ் மிக்க டைம் வார இதழ் லண்டனில் நடைபெற்ற வட்டமேசை மாநாட்டிற்குப் பிறகுதான் அம்பேத்கரைக் கண்டுகொண்டது. அதில் 'தீண்டப்படாதோரின் (ஆபிரகாம்)லிங்கன்' என்னும் கட்டுரையும், மதம் பற்றிய அம்பேத்கருடைய கருத்துக்களை நேர்காணலின் அடிப்படையில் வெளியிட்ட கட்டுரையும் குறிப்பிடத்தகுந்தவையாகும்.[54] அம்பேத்கருடைய மதமாற்ற நிகழ்விற்கு முன்பாக அவ்விதழ் முக்கியமான ஒரு கட்டுரையை வெளியிட்டது. அதில் அன்றைய காலத்தில் அம்பேத்கருக்கு எதிராகக் கடைப்பிடிக்கப் பட்ட ஜாதிய கட்டுப்பாடுகளையும் பின்னாளில் அதே அம்பேத்கரிடத்தில் ஆதிக்க ஜாதியினர் மண்டியிட்டதையும் எவ்வித மறைவுமின்றி இவ்வாறு குறிப்பிட்டது:[55]

> 'தீண்டப்படாதவரான பீமாராவ் ராம்ஜி அம்பேத்கருடைய நிழல்கூட உயர்ஜாதி இந்தியரைத் தீட்டுப்படுத்திவிடக் கூடிய ஹிந்து சமூகத்தில் பிறந்தார் . . . இன்றைக்கு இந்திய அரசாங்கத்தின் சட்ட அமைச்சராக இருக்கிற பீமாராவ் ராம்ஜி அம்பேத்கர் தீண்டப்படாதவர் இல்லை. தீண்டாமையை இந்திய அரசாங்கம் சட்டப்பூர்வமாகத் தடைசெய்திருக்கிறது. பெரிய மனிதர்களும் அதிகாரத்தி லிருப்பவர்களும் அவருடைய ஆதரவை நாடினர். இன்னும் சொல்லப்போனால் உயர் பிறப்பான பிராமணர்களும் இந்தியப் பாராளுமன்றத்தின் உணவறையில் அம்பேத்கரைத் தங்களுடன் தேநீர் அருந்த அழைக்குமாறு பசப்பு வார்த்தை களால் கேட்டுக் கொண்டனர்'.

அமெரிக்காவின் புகழ் மிக்க பல்சுவை மாத இதழாக அறியப்பட்ட ரீடர்ஸ் டைஜஸ்ட்டிலும் அம்பேத்கர் பற்றிய கட்டுரைகள் வெளியானது.[56] அரசியலமைப்புச் சட்டம் நிறைவேற்றியபோது 'தீண்டப்படாதவரின் வெற்றி' என அம்பேத்கரைப் பற்றிக் குறிப்பிட்ட அவ்விதழ் அம்பேத்கருடைய மறைவிற்குப் பிறகு மிக அரிதாகவே அவரைப் பற்றிய செய்திகளை

வெளியிட்டிருக்கிறது. அம்பேத்கரின் ஐம்பதாவது நினைவு ஆண்டிற்காக அவ்வாண்டின் டிசம்பர் மாதத்தில் 'அம்பேத்கருடைய ஆச்சரியமூட்டும் வாழ்வும், ஆழ்ந்த சிந்தனைகளும் இன்றைக்கும் நம் ஒவ்வொருவருக்குமான மதிப்பு மிக்கப் பாடங்களைக் கொண்டிருக்கிறது' என அவரைப் பற்றிய கட்டுரை ஒன்று அவருடைய வாழ்வின் முக்கியத்துவத்தை விளக்கியது. பரோடாவில் தங்குமிடத்தில் அவர் சந்தித்த அவமானங்கள், குடிநீருக்கான உரிமைப் போராட்டம், காந்தியுடனான முரண்பாடு, மறு பிறப்பு (மதமாற்றம்) என நான்கு நிகழ்வுகளைப் பொருத்தமான ஓவியங்களுடன் வெளியிட்டது. *ரீடர்ஸ் டைஜஸ்ட்* இதழ் இன்றும் உலகின் பல்வேறு அறிஞர்களின் முக்கிய மேற்கோள்களைத் தெரிவு செய்து வெளியிடுவதில் குறிப்பிடத்தகுந்தாகும். பல ஆண்டுகள் அம்பேத்கருடைய மேற்கோள்கள் அவ்விதழில் இடம்பெறாமலே இருந்தது. ஆனால் யாராலும் நிராகரிக்க இயலாத அறிஞராகயிருந்த அம்பேத்கருடைய மிக முக்கிய மேற்கோளான 'வரலாற்றை மறந்து போகிறவர்களால் வரலாற்றைப் படைக்க முடியாது' என்பதைப் பல ஆண்டுகளுக்குப் பிறகு வெளியிட்டது.[57]

கத்தாரிலிருந்து ஒளிபரப்பப்படுகிற *அல்ஜஸீரா* என்னும் பன்னாட்டுச் செய்தி நிறுவனம் அம்பேத்கர் பற்றிய செய்தி களையும் தலித்துகள் பற்றிய செய்திகளையும் தொடர்ந்து வெளியிடுகிறது. 2015ஆம் ஆண்டு அம்பேத்கரின் நினைவு நாள் செய்தியாக நாடெங்கிலுமான ஒடுக்கப்பட்ட மக்களின் அந்த நினைவுநாள் கூடுகையை 'இந்தியாவின் மிகவும் முற்போக்கான பண்பாட்டு நிகழ்வுகளில் ஒன்று' எனவும் 'ஒடுக்குதலுக்கு எதிரான மீறலே இந்தக் கொண்டாட்டம்' எனவும் பதிவு செய்தது ஒடுக்கப்பட்டோர் இதழியல் வரலாற்றில் முக்கியமானதொரு பதிவாகும்.[58]

பயணக் கட்டுரைகளையும், சுற்றுலா பற்றிய விபரக்குறிப்பு களையும் வண்ணப் படங்களுடன் வெளியிடுகிற *அவுட்லுக் டிராவலர்* இதழ் பதினைந்திற்கும் மேற்பட்ட புகைப்படங்களுடன் இந்தியாவிலுள்ள அம்பேத்கரின் சிலைகள் அமைந்திருக்கும் இடங்களைக் கவனப்படுத்தியது.[59] அறிவார்ந்த கட்டுரையாக இல்லாதிருப்பினும் இதுவொரு அரிதான முயற்சி என்று நாம் மதிப்பிடலாம்.

தி கார்டியன் பத்திரிகை தன்னுடைய தலையங்கத்தில்[60] அம்பேத்கரை இந்திய விடுதலைக்கு மட்டுமல்லாது பிராமணர் உள்ளிட்ட அனைத்து ஜாதியினருடைய விடுதலைக்காகவும் இஸ்லாமியர், சீக்கியர், பௌத்தர்களின் முன்னேற்றத்திற்காகவும் செயல்பட்டவராகவும் எழுதியது.

'எவ்வளவு காலத்திற்குச் சமூக மற்றும் பொருளாதார வாழ்வில் சமத்துவத்தை மறுத்துக்கொண்டேயிருப்போம். நீண்ட காலத்திற்கு அதை மறுத்துக்கொண்டேயிருந்தால் நம்முடைய அரசியல் ஜனநாயகத்தை நாம் ஆபத்திற்குள்ளாகத் தள்ளுகிறோம் என்று பொருளாகும். (அம்பேத்கருடைய) இந்தச் செய்தி 21ஆம் நூற்றாண்டின் பிரிட்டனுக்கும் பொருத்தமாகயிருக்கிறது' என்று அம்பேத்கரை மேற்கோள் காட்டி எழுதியது.

2012ஆம் ஆண்டு காந்திக்குப் பிறகு சிறந்த இந்தியர் யார்[61] என்னும் போட்டியை சி.என்.என். சானலும், நியூஸ்18-ம் இணைந்து நடத்தின. காந்திதான் சிறந்த இந்தியர் என்பதை மாற்ற முடியாத ஒரு பொதுவான கருத்தாக அப்படியே தக்கவைத்துக்கொண்டு, காந்திக்குப் பிறகு யார்? என்னும் கேள்வியை முன்வைத்து அந்த ஊடகங்கள் பொதுமக்களிடையே வாக்கெடுப்பு நடத்தியது. டாக்டர் அம்பேத்கரை ரஜினிகாந்த் என்கிற நடிகரோடும் டெண்டுல்கரோடும் கிரண்பேடியுடனும் இணையான ஆளுமையாக முன்னிறுத்திப் போட்டிப் போட வைத்து அவரைக் கேலி செய்தன. ஆனாலும் அம்பேத்கரே முதல் நபராக வெற்றி பெற்றார். அம்பேத்கருக்கு முன்பாகக் காந்தி சிறந்த இந்தியராக உட்கார்ந்துகொண்டிருக்கிறார். அவருக்குப் பிறகுதான் அம்பேத்கர் என்பதை மக்களுக்கு நிரூபணம் செய்ய முயற்சித்த ஊடகங்கள் தோற்றுப்போய்கொண்டிருக்கின்றன.

அம்பேத்கரும் திரைப்படங்களும்

திரைப்படம் என்கிற காட்சி ஊடகங்கள் அம்பேத்கரைச் சட்டத்திற்குரிய பிம்பமாகவும் காவல் நிலையங்களிலும் நீதிமன்றங்களிலும் சட்டத்தை மீறுபவர்கள் அல்லது சட்டத்தைத் தவறாகப் பயன்படுத்துகிறவர்களுக்குத் துணையாக அமையும் வகையில் அம்பேத்கரின் புகைப்படம் பின்புலக் குறியீடாகவும் திட்டமிட்டு இயல்பான தாகக் காட்சிப்படுத்தப்பட்டிருக்கின்றன. இன்னும் கூடுதலாகச் சொல்லப்போனால் சோம்பேறி காவலர்கள், சட்டத்தைப் பற்றிய எந்தவித அறிவுமற்ற நகைச்சுவை காவலர்களுக்குப் பின்புலமாக அம்பேத்கரின் புகைப்படம் வந்து வந்து போவதாகக் காட்சிப்படுத்தப்பட்டிருக்கும். அதற்கு நேர்எதிராக நேர்மையான அதிகாரிகள் பாதிக்கப்பட்டவர்கள் சார்பாக நீதி நிலைநிறுத்தப்படும் காட்சிகளில் காந்தியின் புகைப்படம் பின்புலமாகக் காட்சிப் படுத்தப்பட்டிருக்கும். இந்தக் காட்சி ஊடகங்கள் சட்டத்திலுள்ள ஓட்டைகளுக்கும், சட்ட மீறல் களுக்கும் இந்திய அரசியலமைப்பை வடிவமைத்த அம்பேத்கரே காரணம் என்பதையும் சட்ட வரைவில் எந்தத் தொடர்பும் இல்லாத காந்தியை நீதிக்குச் சாட்சியாகச் சித்திரிப்பதன் மூலம் அம்பேத்கர் மீதான காழ்ப்புணர்வையும் அவரின் ஆளுமையைச் சீர்குலைப்பதையும் திட்டமிட்டு நீண்டகாலமாக வெகுசன மக்கள் மூளையில் இயல்பான போக்கில் பதிவுசெய்து வருகின்றன.

சமீபத்தில் சமூக நீதியை முன்னிறுத்தி ஒடுக்கப்பட்டோர் பார்வையில் வெளிவந்திருக்கின்ற சில இயக்குநர்களின் திரைப் படங்களில் அம்பேத்கர் நேர்மறை குறியீடாகப் பயன்படுத்தப் பட்டிருப்பது ஆறுதலைத் தருகிறது. இயக்குநர் ரஞ்சித் இயக்கிய மெட்ராஸ் திரைப்படத்தில் கல்விக்கு முக்கியத்துவம் அளிக்கக்கூடிய காட்சியில் அம்பேத்கரின் புகைப்படம் முக்கியக் குறியீடாகப் பயன்படுத்தப்பட்டிருக்கும். காலா திரைப்படத்தில் அம்பேத்கரின் மேற்கோள் ஒடுக்கப்பட்ட மக்களின் வாழ்வுரிமைக்காகப் போராடும் கதாநாயகனின் முக்கிய வசனமாக 'எங்க ஆளுங்க ஒண்ணும் ஆடுங்க இல்ல பலி கொடுக்குறதுக்கு' என்கிற அம்பேத்கரின் வாசகங்கள் எதிரொலித்தன. சார்பட்டா திரைப்படத்தில் கதாநாயகன் குத்துச் சண்டைக்குத் தயாராகிக்கொண்டிருக்கும்போது "வாய்ப்புங்கிறது நமக்கெல்லாம் அவ்வளவு சீக்கிரம் கெடைச்சிறது கிடையாது" என்று கதாநாயகனின் நண்பர்கள் உற்சாகப்படுத்துவதற்குப் பின்புலமாக அம்பேத்கரின் வரைபடம் தாங்கிய சுவர் காண்பிக்கப்பட்டிருக்கும். வாய்ப்பு மறுக்கப்பட்ட மக்களுக்கான ஒரே வழிகாட்டி அம்பேத்கர்தான் என்பதை அறிவுறுத்தும் விதமாக அக்காட்சி அமைக்கப்பட் டிருக்கும். அதே படத்தில் இறுதிக் காட்சியில் குத்துச் சண்டையில் கதாநாயகன் தோற்கப் போகிற நேரத்தில் அம்பேத்கரின் வரியான "இவ்வளவு தூரம் கஷ்டப்பட்டு முன்னால இழுத்துட்டு வந்த தேர பின்னால விட்ராதடா" என்று கதாநாயகனின் ஆசிரியர் அவரை ஊக்கப்படுத்தும் வகையில் காட்சியமைக்கப் பட்டிருக்கும். வெற்றிக்கான போராட்டம் சாதாரணமானது அல்ல. பல தடைகள், வாய்ப்பற்ற சூழல்கள், துரோகங்கள், ஒதுக்குதல்கள், வலிகள் ஆகியவற்றைக் கடந்து வந்த பாதையைத் திரும்பிப் பார்த்து வெற்றிக்கான இலக்கை கைவிட்டு விடக் கூடாது என்ற உணர்வை அம்பேத்கரின் வார்த்தைகளூடாக உறுதிப்படுத்துகின்ற செயலாக அக்காட்சி அமைந்திருக்கும். இவ்வாறு அம்பேத்கரின் புகைப்படம் மற்றும் கருத்தியல்கள், வாழ்வியல் வழிகாட்டியாகவும் உரிமைக் குரலாகவும் உந்துசக்தியாகவும் பயன்படுத்தப்பட்டிருக்கின்றன.

இயக்குநர் மாரி செல்வராஜின் பரியேறும் பெருமாள் என்ற திரைப்படத்தில் 'டாக்டர் அம்பேத்கர்' என்ற அடையாளம் ஒடுக்கப்பட்ட இளைஞர்களின் அடையாளமாக, அவரைப் போலச் சட்டம் படித்து முனைவர் பட்டம் பெற்று, தான் சார்ந்துள்ள சமூகத்தை மேம்படுத்த வேண்டும் என்ற இலட்சிய கனவாக அம்பேத்கர் பயன்படுத்தப்பட்டிருப்பார். இப்படத்தில் வழக்கமாகக் காவல் நிலையம் நீதிமன்றங்களைத்

தவிர்த்துக் கல்லூரியில் அம்பேத்கரின் புகைப்படம் பயன்படுத்தப்பட்டிருக்கும். இப்படத்திலும் ஒரே இடத்தில் காந்தியும் அம்பேத்கரும் பயன்படுத்தப்பட்டிருப்பார்கள். கதாநாயகன் சட்டக் கல்லூரியில் சேர வரும்போது கல்லூரி முதல்வராக ஒரு 'மேல்தட்டு' பேராசிரியர் மேசை மீது காந்தியின் புகைப்படம் வைக்கப்பட்டிருக்கும். அதே அறையில் வேறொரு காட்சியில் கதாநாயகன் பிரச்சினையில் மாட்டிக்கொண்டு வரும்பொழுது வேறொரு முதல்வர் இருப்பார். அப்போது அதே மேசையில் அம்பேத்கரின் புகைப்படம் இருக்கும். கல்லூரி முதல்வர் கதாநாயகனைப் பார்த்து "உனக்கு ஒரு விசயம் தெரியுமா... எங்கப்பா ரோட்டுல செருப்பு தைக்கிறவரு. நான் இன்னிக்கு உனக்கு பிரின்சிபல்" என்று சொல்லும்போது அம்பேத்கரின் புகைப்படம் மிகத் தெளிவாகக் காண்பிக்கப்படும்.

ஜெய்பீம் என்ற திரைப்படம் பழங்குடியினர் மீதான காவல்துறையின் பொய் வழக்குகள் குறித்த உண்மைச் சம்பவங்களை மிக நுணுக்கமான காட்சியமைப்புகளோடு எடுக்கப்பட்ட மிக முக்கியமான படம். இப்படத்தில் உண்மையைக் கண்டறிய போராடக்கூடிய, பாதிக்கப்பட்ட மக்களுக்கு நீதி பெற்றுத் தரக்கூடிய ஒரு நேர்மையான வழக்கறிஞரின் முயற்சிகளுக்கு உரமூட்டும் வகையில் 'தீண்டாமை ஒழிக்கப்பட வேண்டும், யாருக்கும் இதைப் பற்றிக் கவலையில்லை' என்னும் அம்பேத்கரின் ஒலிப்பதிவு செய்யப்பட்ட உண்மைக் குரல் *(original voice)* முதல்முதலாகப் பயன்படுத்தப்பட்டிருப்பது பாராட்டப்பட வேண்டிய முயற்சியாகும். அம்பேத்கரின் புகைப்படத்தை மிக முக்கியமானதொரு குறியீடாகப் பயன்படுத்தி, சனாதன வன்மத்தோடு எடுக்கப்பட்ட சமீபத்திய படங்களின் போக்கையும் மாற்றியுள்ளன. அம்பேத்கர் மாற்றத்திற்கான குறியீடாக, உரிமைக் குரலாக, எதிர்கால வாழ்வின் தேவையாக, நேர்மறை சிந்தனையோடு பயன்படுத்தப்படுவது அவசியமானதாக உள்ளது.

ஜாஃபர் பட்டேல் இயக்கிய குறிப்பிடத்தகுந்த அம்பேத்கரின் வாழ்க்கை வரலாற்றுத் திரைப்படம் எடுத்து முடிக்கப்பட்டு 12 ஆண்டுகள் ஆன பிறகும் வெளியிடாமல் முடக்கப்பட்டது. வரிவிலக்கு முழுவதுமாகக் கொடுக்கப்பட்ட நிலையிலும் எந்தத் திரையரங்க உரிமையாளர்களும் படத்தைத் திரையிட முன்வராத சூழலில் அம்பேத்கர் வாழ்க்கை வரலாற்றுத் தொடர் பிராந்திய மொழிகளில் 500 வாரங்களுக்கு மேலாக ஒளிப்பரப்பப்பட்டு உரையாடலுக்குரிய களமாக அது மாறி யிருப்பது சமூகத்தில் பெரும் மாற்றத்தை அம்பேத்கர் என்னும் ஆளுமை தந்திருக்கிறார் என்பதைப் புரிந்துகொள்ள முடிகிறது.[62]

அம்பேத்கரோடு தொடர்புடைய அனைத்தும் செய்தியாகத் தற்போது மாற்றப்படுகின்றன. 14 வயதில் அம்பேத்கருக்குத் தேநீரும் காலை உணவும் பரிமாறியவர் 95 வயதில் காலமானார் என்னும் செய்தியை ஆங்கில ஹிந்து நாளிதழ் வெளியிட்டது. ஐந்து ஆண்டுகளுக்கு முன்பு ஆக்ராவில் அம்பேத்கரின் இறுதி நூலாகிய புத்தரும் அவரது தம்மமும் என்னும் நூலின் இருபத்து நான்கு பக்கங்கள் மட்டும் சுமார் இரண்டாயிரம் கிலோ எடையளவில் சில்வரில் செய்யப்பட்டுப் பொது மக்களின் பார்வைக்கு வைக்கப்பட்டது செய்தியானது. அம்பேத்கரைக் கோவிலுக்குள் அனுமதிக்காத பூசாரியின் பேரன் மன்னிப்பு கேட்டார் என்பதும் செய்தியானது. அம்பேத்கர் பள்ளியில் சேர்ந்த நாளான நவம்பர் ஏழாம் நாளை மகாராசுடிர அரசாங்கம் மாணவர் நாள் என்று அறிவிப்பு செய்தது. அம்பேத்கரின் 125ஆவது பிறந்த நாளைத் தண்ணீர் நாள் என்று மத்திய நீராதார அமைச்சகம் அறிவுறுத்தியது. மூன்று ஆண்டுகளுக்கு முன்பு அம்பேத்கருக்குத் தீட்சை வழங்கிய புத்த பிட்சு மரணம் என்ற செய்தியை வெளியிட்டன.[63]

இவை ஒருபுறமிருக்க, இன்றும் அம்பேத்கர் மீது ஊடகத்திற்கும் வெறுப்பு உண்டு. ஒருமுறை ‘பாபாசாகேப்’ என்னும் தமிழ்த் திரைப்படம் குறித்த செய்தியில் டாக்டர் அம்பேத்கரின் பொருத்தமான புகைப்படத்தை வெளியிடாமல், அந்தத் திரைப்படத்திற்கு எவ்விதத் தொடர்புமில்லாத ஒரு நடிகையின் மார்பகம் தெரியும்படியாக உள்ள செய்திக்கு நடுவில் திரைப்படத்தைத் குறித்த சிறு விவரங்களோடு தினமணிக் கதிர் வண்ணப்படத்தில் வெளியிட்டது.[64] இது அம்பேத்கரை அவமதிப்பதற்காக உள்நோக்கத்தோடு வெளியிடப்பட்ட செய்தி என்பது அதனைப் படிக்கின்ற யாருக்கும் எளிதாக விளங்கும். அம்பேத்கரைப் பெண்ணாக உருவகித்து வேலைக்காரப் பெண்ணாக, செருப்பு அணியாத, குள்ளமாகத் தோற்றம் கொண்ட, கிராமப்புறப் பெண்ணாக, பணத்துக்கு ஆசைப்படுபவராக, கறுப்பு நிறமுடைய கொரில்லாவைப் போல, கேலிச் சித்திரங்களும் அவருடைய காலக்கட்டத்திலேயே பத்திரிக்கைகளில் வெளியானதை முனைவர் பட்ட ஆய்வாளர் சியாம சுந்தர் பகுப்பாய்வு செய்திருக்கிறார்.[65]

சமூக ஊடகங்களிலும் பதிவு செய்யப்படுகின்ற அம்பேத்கர் பற்றிய பதிவுகளுக்குக் கீழேயுள்ள பின்னூட்டங்களைப் படித்தாலே அம்பேத்கருக்கு எதிரான சமூக வெறுப்பை நாம் விளங்கிக்கொள்ள முடியும். அம்பேத்கர் மீது ஊடகங்களில் வெளிப்படுத்தப்படுகின்ற எதிர்வினைகளை நாம் இரண்டாகப்

பிரித்துக்கொள்ளலாம். ஒன்று கண்மூடித்தனமான அவருடைய பற்றாளர்களின் பதிவுகள், இரண்டாவது ஜாதியவாதிகளின் வெறியூட்டப்பட்ட முட்டாள்தனங்களின் அடிப்படையில் வெளியிடப்படும் அம்பேத்கருக்கு எதிரான பதிவுகள். அதே நேரத்தில் ஒவ்வொரு பகுதியிலும் ஒரு சிறிய குழு அம்பேத்கரை அறிவுஜீவியாக அவருடைய சிந்தனைகளைப் பின்பற்றி வருவதையும் பார்க்க முடியும். இன்னொரு புறத்தில் சமகாலத்தில் ஒரு குறிப்பிட்ட நிலப்பரப்பிற்கு மட்டும் அல்லாதவராகவும் தலித் பண்பாட்டு வெளி என்பதையும் கடந்து வேறுபட்ட மக்கள் அவரைத் தங்களுக்குரியவராக, தங்களுடைய உரிமை களுக்குக் குரல் கொடுப்பவராக அடையாளப்படுத்துகின்ற போக்கு வளர்ந்தும் விரிந்தும் வருவது ஆதரிக்கப்பட வேண்டியதாகும்.

குறிப்பாக அண்மைக் காலங்களில் குடியுரிமை பாதுகாப்புச் சட்டத்திற்கு எதிரான போராட்டங்களில் அம்பேத்கரின் புகைப்படங்களும் அரசியலமைப்புச் சட்டத்தின் முகப்புரை களின் பிரதியை ஏந்திக்கொண்டு அரசியலமைப்புச் சட்டத்தைப் பாதுகாப்போம் எனச் சிறுபான்மையினர் முழக்கமிட்டதைக் குறிப்பிட முடியும்.[66] அம்பேத்கருடைய தாக்கம் பிற சமூகக் குழுக்களிடத்திலும் வெளிப்படையாகவும் ஆழமானதாகவும் இருக்கிறது. அவருடைய உருவங்கள் வெவ்வேறு நிறங்களிலும் கோணங்களிலும் கருத்தியல் பின்புலத்தோடு வரையப்படு கிறது. ஆங்கில மொழியின் வழியாகக் கிடைக்கப் பெறுகின்ற உலகளாவிய தன்மை அம்பேத்கர் மீதான வாசகப் பரப்பையும் ஆய்வியல் தளத்தையும் அகலப்படுத்துகிறது. அம்பேத்கருடைய சிந்தனைகளில் காணக் கிடைக்கின்ற விளிம்பு நிலை பார்வையும் இந்திய சமூகத்தின் மீதான அவருடைய விமர்சன முறையும் அவரைப் பிற சமூகங்களுக்குள் உள்ளிழுத்துக் கொள்கின்றன.

அம்பேத்கர் பற்றி இன்றைக்கு வெளிவருகின்ற செய்திகளில் பெரும்பாலானவை அவருடைய சிலைகள் தொடர்பானவை தாம். அவை சிலைகளைச் சேதப்படுத்தியதாக இருக்கலாம், புதிய சிலைகள் அமைப்பதாக இருக்கலாம்.[67] அம்பேத்கரின் பிறந்த நாள், நினைவுநாளில் அவருடைய புகைப்படத்தை வெளியிட்டு அரசு சார்பில் விளம்பரங்கள் வெளியிடுவதும் தொடர்ச்சியானதாகயில்லை. நாக்பூரில் அம்பேத்கர் மதம் மாறிய நாளன்றும் மும்பையில் பிறந்த நாள், நினைவு நாளன்றும் தன்னிச்சையாகக் கூடுகின்ற தலித்துகளைப் போக்குவரத்திற்கு இடைஞ்சலாகவும் சட்டம் ஒழுங்கிற்கு ஆபத்தாகவும் இரயில் வண்டிகளை முழுவதுமாக ஆக்கிரமித்துக்கொள்ளும் கூட்டம் எனவும் கூச்சலிடுகிற கூட்டமாகவும் நகரத்தைக் குப்பை மேடாக்குகின்ற கூட்டம் எனவும் 'பொதுமக்கள்' கருத்துக்களைக்

கொண்டிருப்பதாகத் தங்களுடைய நான்கு ஆண்டுகாலத் தொடர் நேர்காணல்களின் வழியாகப் பேராசிரியரும் ஆய்வாளருமான சர்மிளா ரெகேவும் பத்திரிகையாளரும் செயற்பாட்டாளருமான பி. சாய்நாத்தும் வெளிக்கொணர்ந்தார்கள்.[68] ஒருமுறை 'அம்பேத்கர் நினைவு நாள் நெருங்குவதால் மகாராசுடிரா பதட்டமாகிறது' என்னும் தலைப்பை பிரசுரம் செய்தது ஆங்கில ஹிந்து நாளிதழ். மற்றொரு முறை அதே நாளிதழ் 'மாநில நிர்வாகத்திற்குத் தூக்கமற்ற இரவுகளை அம்பேத்கரின் நினைவுநாள் கொடுத்திருக்கிறது' என்னும் செய்தியையும் வெளியிட்டது.[69] பெரும் கூட்டம் 'கூச்சலோடுகூடுகின்றபோது அதனால் ஏற்படும் சேதத்தையும் ஆபத்தையும் இந்த நகரம் எவ்விதமான கோரிக்கையும் வைக்காமல் பொறுத்துக்கொள்ள வேண்டும்'[70] என்று குறிப்பிடுவது அரசு நன்கு தலித்துகளைக் கவனித்து அவர்கள் மீது நடவடிக்கை எடுக்க வேண்டும் என்பதை மறைமுகமாகச் சுட்டி நிற்கிறது. அம்பேத்கரின் நினைவு நாளை அனுசரிக்க வேண்டிய நாளாக அல்லாமல் எச்சரிக்கையோடு கடக்க வேண்டிய துயரம் மிகுந்த நாளாக ஊடகங்கள் பொது மக்களுக்குத் தொடர்ந்து கற்பித்துக்கொடுக்கின்றன.

அம்பேத்கரோடு தொடர்புடைய சிறப்பு நாட்களில் பத்திரிகைகளில் வெளிவருகின்ற அம்பேத்கர் குறித்த செறிவான கட்டுரைகளும் மிகவும் குறைவான எண்ணிக்கையிலேயே இருக்கின்றன.[71] அவ்வாறாகக் கட்டுரைகளை வெளியிடுகிற போக்கும் 1990 களில் நடந்த அம்பேத்கர் நூற்றாண்டிற்குப் பிறகு ஏற்பட்டதே. டாக்டர் அம்பேத்கரையும் பாரக் ஒபாமாவையும் ஒப்பிட்டு ராமச்சந்திர குஹா கட்டுரையை எழுதினார்.[72] அம்பேத்கருடைய அறுபதாவது மதமாற்ற நாளை மையப்படுத்தி வெளியான கட்டுரையில் 'அம்பேத்கர் பிராமண வர்க்கத்தை அழிப்பதற்குப் பௌத்தம் உதவியதாலேயே அவர் அதைத் தெரிவு செய்தார்' என்னும் வரலாற்று உண்மையை டைம்ஸ் ஆஃப் இந்தியா துணிச்சலாகப் பதிவு செய்தது.[73]

பிரண்ட்லைன், அவுட்லுக், தி காரவன், இந்தியா டுடே, ஓபன், மெயின்ஸ்டீரீம் போன்ற இதழ்களும் *இந்தியன் எக்ஸ்பிரஸ், ஹிந்து, தி டெலிகிராஃப்* போன்ற பத்திரிகைகளும் *தி பிரிண்ட், தி வொயர், ஸ்க்ரோல், கவுன்டர்கரண்ட்ஸ், ரவுண்ட் டேபிள் இண்டியா* போன்ற இணைய ஊடகங்களும் தொடர்ந்து அம்பேத்கருடைய சிந்தனைகளைப் பல ஆண்டுகளாக வெளியிடுகின்றன என்பதையும் நாம் கவனத்தில் கொள்ள வேண்டும். அதேபோன்று அனுபமா ராவ், ராஜீவ் பார்கவா, கௌதம் பாட்டியா, அனன்யா வாஜ்பாய், ராமச்சந்திர குஹா, உபேந்திர பக்ஷி போன்ற ஆய்வாளர்களும் தங்களுடைய

கட்டுரைகளில் தொடர்ந்து அம்பேத்கரின் சிந்தனைகளைப் பதிவு செய்து வருகிறார்கள். 1992 லிருந்து 2012வரை இந்திய ஊடகங்களில் தலித்துகளைக் கண்டறிய முடியவில்லை என்று தன்னுடைய ஆய்வில் ராபின் ஜெஃப்ரி குறிப்பிட்ட நிலையும், 'ஒரு தலைமுறைக்கு முன்பு தலித்துகளால் எழுதப்படுபவைகள் வெளியிடப்படுவதற்குத் தகுதியற்றவைகளாக இருந்தன' என்று குறிப்பிட்ட நிலைமையும் தற்போது இல்லை.[74] தலித்துகளால் நிர்வகிக்கக்கூடிய இணையத்தளங்களான தலித் கேமரா, தலித் வரலாற்று மாதம், ரவுண்ட் டேபிள் இண்டியா, வெளிவாடா, பறையா ஸ்டீரிட், தலித் தஸ்தக், அம்பேத்கர் காரவன், அம்பேத்கர் டைம்ஸ், தலித் வாய்ஸ் ஆகியவற்றில் அம்பேத்கருடைய சிந்தனைகள், ஜாதி ஒழிப்பிற்கான கட்டுரைகள், வரலாற்றுச் செய்திகள், வன்கொடுமைகள் பற்றிய விவாதங்கள் மிகக் காத்திரமான வகையில் முன்னெடுக்கப்படுகின்றன.

அம்பேத்கருக்கு முந்தைய முயற்சிகள்

அம்பேத்கருக்கு முன்பாகவே தலித் அரசியலுக்கான முயற்சிகள் மகாராஷ்டிராவில் தொடங்கப்பட்டிருக்கின்றன, மாநாடுகளின் வழியாக மக்களை ஒருங்கிணைத்தல், அரசாங்கத்திடம் கோரிக்கைகளை எழுத்துப்பூர்வமாக முன்வைத்தல், மதமாற்ற முயற்சிகள், பத்திரிகைகளை முக்கிய மான வழிமுறையாகக்கொண்டு இயங்குதல், கல்வி பெறுவதற்கான முன்னெடுப்புகள் என்பனவாகப் பலரும் தங்கள் கவனத்தைச் செலுத்தியிருக்கிறார்கள். அவ்வாறு செயல்பட்டவர்களில் முக்கியமானவர் களாக மூன்று தலித் ஆளுமைகளைக் குறிப்பிடலாம். அவர்கள் கோபால் பாபா வாலங்கர், பன்சோடே ஃபாகுஜி, சாந்தராம் காம்ளே.

வாலங்கர் பிறந்த தேதியும் அவருடைய வாழ்க்கையைப்பற்றிய மேலதிகமான தகவல்களையும் பெற முடியவில்லை. மகத்திற்கு அருகிலுள்ள ரவதுலா என்னும் கிராமத்தில் பிறந்த இவர் தான் பிறந்த இடமான கொங்கன் பகுதியிலிருந்து அரசியல் ரீதியாகச் செயல்பட்டவர். அம்பேத்கருடைய மனைவியான ரமாபாய்க்கு இரத்த வழி உறவினர். ராணுவத்தில் ஹவில்தாராகப் பணியாற்றி ஓய்வு பெற்றதற்குப் பிறகு முழு நேர அரசியல் பணிகளில் ஈடுபடத் தொடங்கியவர். பூலேவுடன் இணைந்து அவருடைய சத்யசோதக் சமாஜ் சங்கத்தில் பணியாற்றிவர். ஜாதி மற்றும் தீண்டாமைக்கு எதிராகத் தீன் பந்து, சுதாரக் போன்ற மராத்தி பத்திரிகைகளில் எழுதினார். எவ்விதமான மத அடிப்படைகளும் ஜாதி மற்றும் தீண்டாமைக்குத்

தொடர்பு இல்லை என்றார். களங்கங்களை நீக்குவதற்கான ஆரியரல்லாத குழு என்பதை 1886ஆம் ஆண்டு தொடங்கினார். அதன் சார்பாக வித்தல் வித்வன்சக் – பிராமணியத்தை ஒழித்தல் என்னும் குறுநூலையும், வினான்டி பத்ரா – ஜாதிய ஒதுக்குதலுக்கு விமர்சனம் என்னும் நூலையும் 1888ஆம் ஆண்டில் வெளியிட்டார். இதுவே மேற்கிந்தியாவின் முதல் தலித் இலக்கியம் என ஓம்வெத் குறிப்பிடுகிறார். அதே ஆண்டில் வித்வன்சக் என்னும் செய்தித்தாளை நிறுவினார். 1889ஆம் ஆண்டு வித்தல் வித்வன்சன் – சடங்காச்சாரமான தீட்டை ஒழித்தல் என்னும் நூலை எழுதினார். 1890ஆம் ஆண்டு ஹிந்து பிரகாஷ் என்னும் பத்திரிகையில் ஹிந்து மதத்தில் தலித்துகளை முன்னேற்றுவதற்கு என்ன வழிமுறைகள் இருக்கிறது என்னும் கட்டுரையை எழுதினார். தலித்துகளை ராணுவத்தில் சேர்க்க வேண்டும் என்றும் பிராமண பூசாரிகளுக்கு மாற்றாக மகர் பூசாரிகளைப் பணியமர்த்த வேண்டும் என்கிற கோரிக்கையை யும், ஹிந்து மதம் எங்களை அங்கீகரிக்கவில்லை எனில் உயர்வு தாழ்வு இல்லாத ஒரே கடவுளைக்கொண்ட மதத்தை நாங்கள் ஏற்க வேண்டியிருக்கும் என்கிற கோரிக்கையையும் அரசாங்கத்திடம் முன்வைத்தார். தலித்துகள் உண்மையில் சத்திரியர்கள்தாம், பஞ்சக்காலத்தில் அசைவ உணவைச் சாப்பிட்டதால் தீண்டப்படாதவர்களானார்கள் என்னும் கருத்தாக்கத்தைத் தன்னுடைய எழுத்துக்களின் வழியாக முன்வைத்தார்.[75]

பன்சோடே (1870–1946) நாக்பூருக்கு அருகிலுள்ள மொகபா என்னுமிடத்தில் பெரிய விவசாயக் குடும்பத்தில் பிறந்தவர். சொக்கமேளர் என்னும் பெயரில் பெண்களுக்கான பள்ளிக்கூடத்தை 1907ஆம் ஆண்டு தொடங்கியவர். நிரஷிரித் ஹிந்த் நக்ரிக், மஜ்ஜுர் பத்திரிக்கா, சொக்கமேளா என்னும் பத்திரிகைகளைத் தொடங்கினார். ஆனால் இவருக்குப் பிரம்ம சமாஜ், பிராத்தனா சமாஜுடன் தொடர்புகள் இருந்தமை யால் அதன் தாக்கத்தினையும் இவர் பெற்றிருந்தார்.[76] எனவே மதம் தொடர்புடைய உரிமைகளுக்கே அழுத்தம் தந்தார். பூலேவினுடைய தாக்கத்தைப் பெற்றிருந்தமையால் ஆரியர் – பூர்வக்குடியினர் என்னும் கருத்தாக்கமும் இவரிடம் செல்வாக்குப் பெற்றிருந்தது.

> “உங்களுடைய மூதாதையர்களான ஆரியர்கள் எங்களை வென்று தாங்க முடியாத துன்பங்களைக் கொடுத்தார்கள். ஆனால் இப்போது நாங்கள் உங்களுடையவர்கள் அல்லர். உங்களோடு எங்களுக்கு எந்தவிதமான சேவை தொடர்பான உறவுகளும் இல்லை. நாங்களும் உங்களுடைய அடிமைகளும் அல்ல”[77]

என்னும் கருத்துக்களைத் துண்டறிக்கையாகவும் பாடல்களாகவும் வெளியிட்டு மக்களிடம் பரவச் செய்தார்.

ஏன் சாபங்களைப் பொறுத்துக் கொள்கிறீர்கள்
சொக்கா(மேளா) துணிவோடு கோயிலுக்குள் சென்றார்
நீங்கள் ஏன் வெட்கப்பட்டுப் பின் வாங்குகிறீர்கள்
நீங்கள் ஏன் கோயிலைப் பார்த்துப் பயங்கொள்ள வேண்டும்
மல்யுத்த வீரரைப்போல வீருநடைப் போட்டு வாருங்கள்
நாம் இணைந்து தீட்டை வெற்றிகொள்வோம்[78]

என்னும் சொக்கமேளாவின் பாடல்களையும் வேறு சில பாடல்களையும் வெளியிட்டு ஒடுக்கப்பட்ட மக்களைப் பிற்போக்குத்தனங்களிலிருந்தும் அடிமைத்தனங்களிலிருந்தும் வெளியேற ஊக்கப்படுத்தினார்.

1875ஆம் ஆண்டு புனேவில் பிறந்த சிவ்ராம் ஜன்ப காம்ளே மிக முக்கியமான செயல்பாட்டாளராக அறியப்பட்டவர். ராணுவத்தில் பட்லராகப் பணியாற்றியவர். கோலாப்பூரிலிருந்து வெளியான மராத்தா தீனபந்துவில் கட்டுரைகளை எழுதினார். 1903இல் சூச்சி பத்ரா என்னும் துண்டறிக்கையை அச்சிட்டு விநியோகம் செய்தார். சம்வன்சியா மித்ரா என்னும் மாத இதழை 1908ஆம் ஆண்டிலிருந்து இரண்டு ஆண்டுகள் நடத்தினார். கடவுளின் பெயரால் இளம் பெண்களைப் பொட்டு கட்டிப் பாலியல் சுரண்டலுக்கு வகை செய்யும் சடங்குகளுக்கு எதிராக இப்பத்திரிகை பேசியது.[79] அம்பேத்கருக்கு முன்பாகத் தன்னுடைய அரசியல் – சமூகப் பணியைத் தொடங்கினாலும் பின்னாளில் டாக்டர் அம்பேத்கரோடு இணைந்தும் பணியாற்றியவர். இவர் 1910ஆம் ஆண்டு முக்கியமான, ஒரு கோரிக்கையை, 1558 நபர்களிடம் கையெழுத்தைப் பெற்று, ஆங்கில அரசாங்கத்திடம் முன்வைத்தார். அதில் பொதுப் பள்ளிகளில் தலித் மாணவர்களைச் சேர்க்க வேண்டும் என்னும் கோரிக்கையுடன்,

> " நாங்கள் போதுமான கல்வித் தகுதியைக்கொண்டிருக்காததால் பெரிய அரசியல் வாய்ப்புகளுக்கோ பதவிகளுக்கோ விருப்பப்படவில்லை. ஆனால் பொதுத்துறைகளில் போலிஸ், ராணுவ சிப்பாய் ஆகிய கண்ணியமான பதவிகளைத் தாழ்மையோடு எதிர்பார்க்கிறோம்"

என்று குறிப்பிட்டிருந்தார்.

இந்திய தேசியம், ஹிந்துத்துவம், சுதந்திரப் போராட்டம், இஸ்லாமியர்களின் அரசியல் எழுச்சி, மத அமைப்புகள், கம்யூனிஸ்ட் கட்சிகளின் தொழிற் சங்க செயல்பாடுகள் மேலெழுந்து வந்த சூழலில் தலித் அல்லாதவர்களான பூலே, ஷிண்டே, சாகு மகாராஜா, சந்தவர்கரின் செயல்பாடுகளும் தலித்துகளுக்காகச்

‘சேவை’ செய்ய விரும்புகிற சீர்திருத்த அமைப்புகளின் தலித் விடுதலைக்கான பணிகளும் அரை குறையாகவே இருக்கின்றன என்கிற எண்ணத்தை அம்பேத்கர் கொண்டிருந்தார். ஒடுக்கப் பட்டோருக்கான அமைப்பை 1915ஆம் ஆண்டே நிறுவியவரும் மகர்களுக்கான நூலகத்தைத் துவக்கியவருமான ஜி.ஏ. கவாய் பின்னாளில் ஹிந்து மகா சபையில் சேர்ந்துகொண்டார். காம்ளே சிறப்பாகச் செயல்பட்டாலும் தலித்துகளுக்குச் சிறிய பதவிகள் கொடுத்தாலே போதுமானது என்று தன்னுடைய நோக்கத்தைக் குறைத்துக்கொண்டார். அம்பேத்கருக்கு முன்பாகச் செயல்பட்டவர்களுக்கு ஏதோ ஒரு வகையில் ஹிந்து மதத்தினுடைய சார்பு இருந்தது. அதை விட்டு வெளியேறு வதற்கான செயற்திட்டம் அவர்களிடத்தில் இல்லாதிருந்தது. தலித்துகளிடம் தோன்றியிருந்த எழுச்சியை முறையாக வெளிப்படுத்துவதற்குரிய சரியான அமைப்பு ஏதும் இல்லை. 1920 வரையிலும் இப்படித்தான் நிலைமை இருந்தது. மற்றவர்கள்தான் தலித்துகளின் அரசியலைப் பேசிக்கொண்டிருந்தார்கள். எனவே அன்றைய சமூக அரசியல் சூழலின் தொடர்ச்சிதான் அம்பேத்கரை உடனடியாகத் தலைமையேற்கவும் பத்திரிகை களின் வழியாக மக்களைத் தொடர்பு கொள்ளுதல் என்னும் வழிமுறையைக் கொண்டு அவர்களை ஒருங்கிணைக்க வேண்டிய தேவையையும் அதிகமாகக் கவனப்படுத்த தொடங்கினார்.[80]

இதே காலக்கட்டத்தில் அதாவது 1910ஆம் ஆண்டிலிருந்து 1930 ஆண்டு வரை மகாராஷ்டிராவில் மட்டும் ஏறக்குறைய 50 செய்தித்தாள்கள் தலித்துகளால் நடத்தப்பட்டதாக ஆய்வாளரும் பேராசிரியருமான பத்ரிநாரயன் குறிப்பிடுகிறார்.[81] தமிழகத்தின் நிலை மகாராஷ்டிராவைப் போலல்லாமல் பதிப்பு முயற்சிகளில் முந்தியிருந்தது. பதினேழாம் நூற்றாண்டின் இடைப்பகுதியில், 1850இல் தொடங்கப்பட்ட பதிப்புப் பணிகள் 1943 வரையில் ஏறக்குறைய 50 இதழ்கள் தலித்துகளால் மிகக் கவனமாக நடத்தப்பட்டுப் பெரும் விவாதங்களை இங்கு ஏற்படுத்தியதாக ஆய்வாளர் பாலசுப்பிரமணியம் தன்னுடைய முனைவர் பட்ட ஆய்வில் குறிப்பிடுகிறார். மேலும் இன்றைய தமிழகத்தின் பேசு பொருளாகவும், அரசியல் கருத்தாக்கமாகவும் பண்பாட்டு அடையாளமாகவும் இருக்கிற தமிழன், திராவிடன், உதயசூரியன் என்னும் சொல்லாடல்களின் தொடக்கப்புள்ளி யாகவும் பண்பாட்டு தளத்தில் ஜாதிய எதிர்ப்பு, சமத்துவம், நீதி, பௌத்தம் என்னும் வட்டார விழுமியங்களுக்கு ஆதார மாகவும் தலித்துகளின் இதழ்களும் அவர்களின் அறிவுசார் செயற்பாடுகளுமே அமைந்திருக்கின்றன என்பதையும் ஆதாரப்பூர்வமாக நிருபித்திருக்கிறார்.[82]

அம்பேத்கருடைய பத்திரிகைகளின் தொடக்கமும் உள்ளடக்கங்களும்

அம்பேத்கருடைய பத்திரிகைகளே அவருடைய விடுதலை இயக்கத்தின் முக்கியத்துவத்தை விரிவாக நம்மிடம் பேசுகின்றன. அம்பேத்கரே அதன் ஆசிரியராகயிருந்து பெரும்பாலான கட்டுரைகளை எழுதியிருப்பதினால்[83] அவருடைய கருத்தியல் வளர்ச்சியை நாம் உள்வாங்கிக் கொள்வதற்கும் பத்திரிகைகள் அடிப்படையானதாகயிருக்கின்றன. பத்திரிகைகளில் எடுத்தாளப்பட்டிருக்கின்ற தலைப்பு களும் விவாதிக்கப்பட்டிருக்கின்ற பொருளின் அடிப்படையிலும் தலித் அரசியல் எழுச்சியின் தொடக்கமாக இப்பத்திரிகைகள் அமைகின்றன. தலித் அரசியலின் தொடக்கம், அதன் சூழல், செயல்பாடுகள். தொடர்புகள், தனித்தன்மைகள், ஒப்புமைகள், எல்லைகள் என வரையறுப்பதன் வழியாக அம்பேத்கருடைய இயக்கத்தின் முழு தோற்றத்தையும் நமக்கு அம்பேத்கருடைய பத்திரிகைகள் முன்வைக்கின்றன. மேலும் தலித் விடுதலையை மையப்படுத்திய செயல்பாட்டில் ஒடுக்கப்பட்ட மக்களை ஒருங்கிணைத்த விதமும் அவ்வியக்கம் அதிகாரத்தை நோக்கி எழுப்பிய கேள்விகளும் ஒரு விவாதத்தை அதன் வாசகர்களுக்கிடையே இயல்பாகக் கட்டமைத்துக்கொள்கின்றன. கால வரிசையிலும் இயக்கத்தினுடைய செயல்பாட்டின் புவியியல் அடிப்படையிலும் அம்பேத்கர் அரசியலை

அறிந்துகொள்ள வாய்ப்பாகவும் தலித்துகளுக்கும் ஆதிக்க ஜாதிகளுக்கும் ஆங்கிலேய அரசிற்கும் இடையே ஒரு தனித்த அரசியல் உருவானதையும் நம்மிடையே இப்பத்திரிகைகள் பகிர்ந்துகொள்கின்றன.

அம்பேத்கர் தன்னுடைய முதல் பத்திரிகையான மூக்நாயக்கை (ஊமைகளின் தலைவர்) 1920ஆம் ஆண்டு ஜனவரி 31ஆம் நாள் தொடங்கியபோது ஆதிக்க ஜாதியினரால் நடத்தப்பட்ட பத்திரிகைகளும் காங்கிரஸ் மற்றும் அதன் ஆதரவு பத்திரிகைகளும் அச்சு ஊடக உலகினை ஆதிக்கம் செலுத்திக்கொண்டிருந்தன.[84] எனவே அந்தப் பத்திரிகைகளில் ஒடுக்கப்பட்டவர்களைப் பற்றிய செய்திகள் இடம் பெறாமல் இருந்ததில் எவ்விதமான ஆச்சரியங்களும் இல்லை. தான் பத்திரிகை தொடங்கியதற்கான காரணத்தை அம்பேத்கர் தன்னுடைய முதல் தலையங்கத்தில் இவ்வாறு குறிப்பிடுகிறார்.

"பம்பாய் மாகாணத்திலிருந்து வெளியாகின்ற செய்தித்தாள்களை மேலோட்டமாகப் பார்த்தாலே போதும். அவை சில உயர்ஜாதிகளின் நலன்களைப் பாதுகாப்பதைக் குறித்தே கவலைப்படுவதைக் காண முடியும். பிற ஜாதிகளின் நலன்களுக்காகக் கவலையுறுவதில் அவைகளுக்கு எவ்விதமான ஆர்வமுமில்லை. அது மட்டுமல்ல சில வேளைகளில் பிற ஜாதிகளின் நலன்களுக்கு எதிராகவும் அவை செல்லுகின்றன.

அதிர்ஷ்டவசமாக நம்முடைய விவாதத்தின் அறிவுப் பூர்வமான தன்மைகளைச் சில செய்தித்தாள்கள் ஏற்றுக்கொள்கின்றன. தீன்மித்ரா, ஜாக்ருக், டெக்கான் ரயத், விஜய மராத்தா, தன்யன் பிரகாஷ், சுபோத் போன்ற சில பத்திரிகைகள் தீண்டப்படாதவர்களின் பிரச்சினைகளைக் குறித்து அடிக்கடி விவாதிக்கின்றன. ஆனால் அதிக எண்ணிக்கையிலிருக்கிற பிராமணர் அல்லாதோரின் பிரச்சினைகளைக் குறித்த செய்திகளையே இந்தப் பத்திரிகைகளின் பக்கங்களில் நிரப்பப்பட்டிருக்கின்றன. தீண்டப்படாதோரின் பிரச்சினைகளுக்குப் போதுமான இடமளிப்பது இயலாத ஒன்றாகும். எனவே தீண்டப்படாதவர்கள் என்றழைக்கப்படும் மக்களின் துன்பநிலை யிலிருந்து எழும் பிரச்சினைகளைக் குறித்து தனித்த வகையில் விவாதிப்பதற்குரிய எவ்வித சார்புமற்ற ஒரு செய்தித்தாளின் தேவையைக் குறித்து எந்த ஒரு மனிதரும் ஏற்றுக்கொள்ளுவார். இந்தப் பத்திரிகை அந்தத் தேவையை நிறைவேற்றுவதற்காகத் தொடங்கப்பட்டிருக்கிறது."[85]

பா. பிரபாகரன்

தன் மக்களுக்கான பத்திரிகைகளின் நோக்கங்களையும் தெளிவாக ம்க்களிடத்தில் முன்வைத்தார்.

> ஒன்று ஜாதி ஹிந்துக்கள் தலித்துகள் மீது தொடுத்து வரும் அநீதிகளுக்கு எதிராகக் குரல் கொடுப்பது, இரண்டாவது தலித்துகளின் முன்னேற்றத்திற்குரிய வழிமுறைகளை விவாதிப்பது, மூன்றாவது ஜாதி ஹிந்துக்கள் சுமத்தியுள்ள அடிமைத்தனத்திலிருந்து முழு விடுதலை பெறுவதற்குரிய வழிமுறைகளையும் ஆலோசனைகளாக வழங்குவது.[86]

அம்பேத்கர் தன்னுடைய இயக்கத்திற்கு எத்தகைய பங்களிப்புகளைச் செய்திருக்கிறார், பிரச்சினைகளுக்கு அவருடைய விளக்கமுறைகள் என்ன, நிலைப்பாடுகள் என்ன எடுத்திருக்கிறார், தலித்துகள் எதிர்காலத்தில் எப்படியிருக்க வேண்டும், யாருடன் தோழமை கொள்ள வேண்டும், தம் இயக்கத்தினுடைய இலக்கு என்ன? அவருடைய தலைமைத்துவ பண்புகள் என்ன? நம்முடைய கடமையாக எதனைக் குறிப்பிடுகிறார்? அம்பேத்கருடைய முயற்சியும் உழைப்பும் சிந்தனைகளும் என்ன என்பதையும் அக்காலத்திய தலித் அல்லாதோரின் மனநிலைகளைப் புரிந்துகொள்வதிலும் அம்பேத்கருடைய பத்திரிகைகள் முக்கியப் பங்கு வகிக்கின்றன. பகிஷ்கிருத் ஹிதகாரணி சபையை அம்பேத்கர் தொடங்கிய போது அந்த அமைப்பினுடைய நோக்கம் “கற்பி, கிளர்ச்சி செய், ஒன்று சேர்” என்னும் அவருடைய முழக்கத்தை மையப்படுத்திய தாக இருந்தது. அதையே நாம் அவருடைய பத்திரிகையின் இலக்காகவும் புரிந்துகொள்ளலாம். தன்னுடைய மக்களை முன்னேற்றுவதற்கு முன்பாக அவர்களை விழிப்படையச் செய்தல், ஜாதியச் சமூகத்தில் அவர்களுடைய நிலை என்ன என்பதை உணர்ந்துகொள்ளச் செய்தல், பிறகு அதற்கெதிராக வெகுண்டு எழச் செய்தல்.

அம்பேத்கருடைய ஆளுமையை வளர்த்தெடுப்பதிலும் அவர் தலைமையில் தலித்துகள் ஒருங்கிணைக்கப்படுவதிலும் காரணமாகயிருந்த கோலாப்பூர் சாகு மகாராஜா மூக்நாயக் பத்திரிகையைத் தொடங்குவதற்கு 2500 ருபாய் நன்கொடையாக அளித்தார்.[87] இந்தப் பேருதவி ஒரு பெரும் மக்களினத்தின் விடுதலைக்கான தொடக்கமாக அமைந்தது. அவர் நன்கொடை அளித்தது மட்டுமல்ல. அம்பேத்கருடைய அனைத்து செயற்பாடு களிலும் முழு ஆதரவாளராக இறுதிவரையிலுமிருந்தார். ஒரு வாரம் விட்டு ஒரு வாரம் சனிக்கிழமைகளில் வெளிவந்த மூக்நாயக் சுமார் பத்து மாதங்கள் 1920ஆம் ஆண்டு ஜனவரி முதல் அக்டோபர் வரை தொடர்ந்து வெளியானது. ஒரு பத்திரிகையின் விலை இரண்டரை அணா என்று நிர்ணயிக்கப்பட்டு விற்பனை

செய்யப்பட்டது. மூக் நாயக் பத்திரிகை தொழிலாளர் அதிகமாக வசிக்கக் கூடிய பம்பாயின் எண் 14. ஹரார்வாலா கட்டிடம், டாக்டர். பட்டிவாலா சாலை, போய்பாவாடி, பரேல் என்னும் முகவரியிலிருந்து வெளியானது.[88]

பந்துராங் நந்த்ராம் பாட்கர், மூக் நாயக் பத்திரிகையின் ஆசிரியராக இருந்தார்.[89] ஆனால் எல்லாத் தலையங்கமும் கட்டுரைகளும் அம்பேத்கரால் எழுதப்பட்டு வெளியிடப் பட்டன. பாட்கரை அம்பேத்கர் ஆசிரியராகத் தெரிவு செய்ததற்குக் காரணம், பம்பாய் பல்கலைக்கழக மெட்ரிக் தேர்வில் தேர்ச்சி பெற்ற முதல் மகர் மாணவர் இவர்தான். எனவே அவருடைய பங்களிப்பு தன் மக்களுக்கான பத்திரிகையின் செயல்பாட்டில் இருக்க வேண்டும் என்று விரும்பியிருக்க வேண்டும். ஆனால் பெரிய பங்களிப்புகளைச் செலுத்த முடியாத பாட்கர் வெகு விரைவிலேயே அவருடைய பொறுப்பினை இழக்க வேண்டியிருக்கிறது.

பாட்கருக்குப் பிறகு கயான்தேவ் துருவந்த் கோலாஃப் என்பவர் ஆசிரியராக இருந்தார். இவர் சவுத்பரோ குழுவிற்கான அறிக்கையை அம்பேத்கர் தயாரிக்கும்போது அவருக்கு உதவியாளராகயிருந்தவர். பம்பாய் சட்டமன்றத்தினுடைய முதல் தலித் பிரதிநிதியாக டாக்டர் அம்பேத்கருக்கு முன்பாக அங்கம் வகித்தவர் இவர். 1923ஆம் ஆண்டில் அம்பேத்கருக்கும் கோலாஃப்பிற்கும் ஏற்பட்ட முரண்பாட்டினால் மூக் நாயக் பத்திரிகை நிறுத்தப்பட்டது. பிறகு ரஹீம் மாளிகை, இரண்டாம் தளம், அறை எண் 52. போய்பாவாடி, பரேல் என்னும் முகவரியிலிருந்து, பகிஷ்கிருத் பாரத், 1927ஆம் ஆண்டு ஏப்ரல் மாதம் 3ஆம் நாள் தொடங்கப்பட்டு இரண்டு ஆண்டுகள் ஏழு மாதங்கள் வெளியானது.[90] பகிஷ்கிருத் பாரத் (புறக்கணிக்கப் பட்ட இந்தியா அல்லது ஒதுக்கப்பட்ட இந்தியா) என்னும் பெயரைத் தெரிவு செய்வதற்கு அம்பேத்கருடைய தலைமையில் பம்பாயில் ஒரு கூட்டம் நடத்தப்பட்டு அதில் முன்மொழியப் பட்டு முறையாக ஏற்றுக்கொள்ளப்பட்டது.

புதிய பத்திரிகை தொடங்குவதன் தேவையை அம்பேத்கர் ஒரு துண்டறிக்கையாகத் தன் கையெழுத்திலேயே தயாரித்து அதற்குப் பகிஷ்கிருத் பாரத் பதிப்பகத்திற்கான அமைப்பு என்று தொடங்கி இருபதாயிரம் ரூபாய் இலக்காகக் கொண்டு சேகரித்து அச்சகம் தொடங்கிப் பத்திரிகைகள் நடத்த வேண்டும் எனக் குறிப்பிட்டிருந்தார். அந்த அடிப்படையில் பத்திரிகையைத் தொடங்குவதற்கான நிதித்தொகை கொங்கன் பகுதிகளிலிருந்து மகத் நீரெடுப்பு போராட்டத்தில் கலந்து

கொண்ட தலித் செயற்பாட்டாளர்களால் வழங்கப்பட்டது.[91] அதனுடைய ஆசிரியராக டாக்டர் அம்பேத்கரே மூன்று ஆண்டுகள் வரை பொறுப்பேற்றிருந்தார். உறுப்பினர் கட்டணமாக 200 லிருந்து 300 ருபாய் வரை வசூலிக்கப்பட்டது. ஆண்டு கட்டணமாக நான்கு அணாவிலிருந்து ஒரு ரூபாய் வரை வசூலிக்கப்பட்டது.[92] தேவ்ராவ் நாய்க், பி.ஆர். கட்ரேகர், ஜி.என். சஹஸ்திரபுத்தே, ஆர்.டி. பந்ரே, பி.சி. காம்ளே போன்றவர்கள் அம்பேத்கருடைய பத்திரிகை முயற்சிகளுக்கு உதவிகரமாக யிருந்தார்கள். இதில் ஆர்.டி. பந்ரே, பி.சி. காம்ளேவைத் தவிர மற்ற மூன்று பேரும் தலித் அல்லாத பின்னணியைக் கொண்டவர்களே.[93] தேவ்ராவ் நாய்க், ஜி.என். சஹஸ்திரபுத்தே இருவரும் பிராமண சமூகத்தைச் சார்ந்தவர்கள்.

1927ஆம் ஆண்டு தொடங்கப்பட்ட சமூக சமத்துவ அமைப்பினுடைய செய்தித்தாளாக இருந்த *சமதா* பத்திரிகை 1928ஆம் ஆண்டு ஜூன் மாதம் 29ஆம் நாள் தொடங்கப்பட்டு எட்டுப் பைசாவிற்கு விற்பனை செய்யப்பட்டது.[94] தொடங்கப் பட்ட நாளிலிருந்து ஒரு வெள்ளிக்கிழமை *சமதா* பத்திரிகையும் அடுத்த வெள்ளிக்கிழமை *பகிஷ்கிருத் பாரத்* பத்திரிகையும் வெளிவந்தன. சமத்துவம் என்று பொருள்படும் பெயரைக் கொண்ட அப்பத்திரிகையின் ஆசிரியராக தேவ்ராவ் நாய்க் பணி செய்தார். அவர் ஏற்கனவே *பிராமின் – நான் பிராமின்* என்னும் பத்திரிகையின் ஆசிரியராகவும் இருந்தார். சமூக சமத்துவ சங்கத்தினுடைய உறுப்பினர்களில் பெரும்பாலானவர்கள் ஜாதி ஹிந்துக்களாகவே இருந்தனர். அவர்களுடைய வேண்டுகோளின்படியே அம்பேத்கர் இந்த அமைப்பினுடைய தலைவராகயிருந்தார். ‘சமத்துவமே இந்த அமைப்பினுடைய அடிப்படையாகும். இதனை முன்மாதிரி யாக ஏற்றுக்கொண்டவர்கள் இவ்வமைப்பில் இணைந்து கொள்ளலாம். ஜாதி என்னும் கழுத்துப் பட்டையை அணிந்து கொண்டிருப்பவர்களுக்கு இவ்வமைப்பில் சேருவதற்குரிய துணிவு இருக்காது. ஜாதிய பெருமை கொள்ளாதவர்கள் இந்த அமைப்பில் இணையலாம்’ என்று உறுப்பினருக்கான தகுதி களைப் பற்றி அம்பேத்கர் குறிப்பிட்டார்.

பம்பாய் சமத்துவ சமூக சங்கத்தினுடைய அதிகாரப்பூர்வ செய்தித்தாளாகத் தொடங்கப்பட்டு மாதம் இருமுறை மக்களிடையே சமத்துவம் பற்றிய கருத்துக்களைக்கொண்டு சேர்ப்பதில் பெரு முனைப்புடனும் முழு ஆர்வத்துடனும் *சமதா* வெளியானாலும் ஒன்பது மாதங்களுக்கு மேலாக இப்பத்திரிகை வெளிவரவில்லை. சமத்துவ சமூக சங்கத்தினுடைய தெரிவு செய்யப்பட்ட தலைவராக அம்பேத்கர் இருந்தார்.

எனவே கௌரவ ஆசிரியர் என்னும் பெயரளவிலான பொறுப்பை மட்டுமே கொண்டிருந்தார். ஜாதியை ஒழிப்பதற்கு ஓரளவிற்குச் சமூக அக்கறைகொண்டு சமத்துவ சமூக அமைப்பை உருவாக்கிய ஜாதி ஹிந்துக்களாகிய அதன் உறுப்பினர்களே சமதா பத்திரிகையை நடத்தினர். மகத் போராட்டத்தை அம்பேத்கர் தலைமையேற்று நடத்திப் பொது வெளிக்கான உரிமையைத் தலித்துகளுக்குப் பெற்றுத் தந்ததில் பெருவெற்றியடைந்த நேரத்தில் சமத்துவத்தின் மீது நம்பிக்கைக்கொண்ட மாற்றுச் சமூகத்தைச் சேர்ந்தவர்களும் அம்பேத்கரின் தலைமையின் கீழ் இணைந்து சமூகப் பணியாற்றுவதற்கு முன்வந்தார்கள். சமதா பத்திரிகையின் ஆசிரியராக இருந்த தேவ்ராவ் விஷ்ணு நாயக்கிற்கு அம்பேத்கரின் தொடர்பு இவ்வாறாக அமைந்ததே. ஜாதி கடந்த திருமணங்களையும் கலந்துண்ணலையும், பிறப்பிலேயே எல்லோரும் சம உரிமையையும் சம வாய்ப்பினை யும் பெற்றிருக்கிறார்கள், சமூக சமத்துவம் இல்லாமல் சுமூகமான சமூக வாழ்வு சாத்தியமற்றது. எனவே சமூக உரிமையைப் பெற்றுக்கொள்ளவதற்கு மக்களை விழிப்படையச் செய்தல் என்னும் நோக்கங்களோடு இவ்வமைப்பு செயல்பட்டது.

பிராமணரை ஆசிரியராகக்கொண்டு சமதா பத்திரிகை செயல்படத் தொடங்கிய நேரத்தில் பிராமணர் அல்லாத சமூகங்களைச் சேர்ந்தவர்களுக்குப் பத்திரிகையின் நேர்மையைக் குறித்து சந்தேகம் வந்தபோது பத்திரிகையின் ஆசிரியர்கள் சொன்ன பதில், டாக்டர் அம்பேத்கர் தான் இந்த அமைப்பின் தலைவராகயிருக்கிறார். அவர் பிராமணர் அல்லாதவர் மட்டுமல்ல அவர் 'தீண்டப்படாதவரும்'கூட, ஆனால் சமத்துவத்தை நிலைநாட்டுகிற முயற்சியில் உங்களைவிடப் போராடும் ஆற்றலைக் கொண்டிருப்பவர், மிகவும் நேர்மையானவர். எனவே நீங்கள் சமதாவை நம்பலாம் என்று குறிப்பிட்டார்கள். அம்பேத்கர் மீது பிற சமூகத்தைச் சார்ந்தவர்கள் எந்தளவு நம்பிக்கை கொண்டு சமூக மாற்றத்திற்கான பயணத்தில் இணைந்து செயல்பட்டார்கள் என்பதை உணர்ந்துகொள்வதற்கு இதுவொரு சான்றாகும்.

அம்பேத்கரின் பத்திரிகையாகச் 'சமதா' செயல்படா விட்டாலும் அவருடைய செயல்பாடுகள், அரசியல் நிலைப்பாடுகள், பொதுக்கூட்டங்கள், அவர் ஆற்றிய எழுச்சி உரைகளின் சுருக்கப்பட்ட வடிவங்கள், கூட்ட அறிக்கைகள், சமதாவின் தலித் ஆதரவு அறிக்கைகள், பிராமணர் அல்லாதவர் களும் தலித்துகளும் இணைய வேண்டிய தேவையைப் பற்றியும் அப்பத்திரிகை பேசியது. மேலும் அம்பேத்கருடைய பகிஷ்கிருத் பாரத் பத்திரிகைக்கான விளம்பரங்கள் முழு

முகவரியோடு வெளியிடப்பட்டது. காந்தியின் தீண்டாமை ஒழிப்பு இயக்கத்தின் செயல்பாடுகளைக் காந்தியவாதிகள் பெருமிதமாகப் பேசிக்கொண்டிருந்தபோது,

> ‘தீண்டாமைக்கு எதிராகக் காந்தி, ஜாதி ஹிந்துக்களுக் காகவே மேற்கொண்டிருக்கிற இயக்கத்தில் எவ்விதமான புரட்சியும் இல்லை. மனிதத்தன்மையற்ற அடிமைத் தனத்தை கடைப்பிடிக்கிற ஜாதி ஹிந்துக்களுக்கு எதிராக இந்த நாட்டில் தீண்டப்படாதவர்கள் நடத்துகிற இயக்கம் தான் புரட்சிகரமானது. இதைப் பற்றிக் கொள்ளவும், இந்தியாவில் புதிய யுகத்தைத் தொடங்கியிருப்பதை அறிந்து கொள்ளவும் பகிஷ்கிருத் பாரத் பத்திரிக்கையை வாங்கிப் படியுங்கள்’

என்னும் மறுப்பும் வெளியானது. மேலும் அம்பேத்கருடைய துணிச்சலையும், துன்புறுகிற மானுடத்திற்காக அவருடைய அர்ப்பணிப்பையும் தியாகத்தையும், அவர்களை விடுதலை செய்வதற்குரிய போராடும் பேரார்வத்தையும் கண்டு ‘நாங்கள் பெருமிதத்தோடு அவரைப் போற்றுகிறோம்’ என்னும் தங்கள் நிலைப்பாட்டையும் வெளியிட்டனர்.

அம்பேத்கருடைய ஜனதா பத்திரிகை 1931ஆம் ஆண்டு அக்டோபர் மாதம் 31ஆம் நாள் தொடங்கப்பட்டு 1956ஆம் ஆண்டு ஜனவரி மாதம் 14ஆம் நாள் வரையிலும் இருபத்து ஐந்து ஆண்டுகள் வெளிவந்தது. இப்பத்திரிகையின் ஆசிரியராகச் சுமார் பதினைந்து ஆண்டு காலம் சஹஸ்திரபுத்தே பொறுப்பேற்றிருந்தார்.[95] மேலும் 1935இல் பம்பாய் சட்டக் கல்லூரியின் முதல்வராகப் பொறுப்பேற்ற பிறகு சட்டக் கல்லூரியின் பத்திரிகையிலும் அம்பேத்கர் கட்டுரைகள் எழுதினார்.[96] பிரபுத்த பாரத்[97] என்னும் வாரப் பத்திரிகை 1956ஆம் ஆண்டு பிப்ரவரி மாதம் 4ஆம் நாள் தொடங்கப் பட்டது. இதழின் ஆசிரியராக தேவ்ராவ் நாய்க் இருந்தார். அவரோடு அம்பேத்கருடைய மகன் யஷ்வந்த்ராவும் இணைந்து பணியாற்றினார்.[98] மேலும் பன்ராவ் கெய்க்வாட், பன்ட்ரே, காம்ளே போன்றவர்களும் முகுந்த்ராவ் அம்பேத்கர் துணையாசிரியராகவும் பணிசெய்தார்கள். குடியரசு கட்சியின் தேர்தல் அறிக்கைகள், அதன் கொள்கைகள், செயல்பாடுகள் வெளியிடப்பட்டு அக்கட்சியின் அதிகாரப்பூர்வ பத்திரிகையாக இருந்தது. அம்பேத்கர் இறந்த பிறகும் 1961ஆம் ஆண்டு வரை இப்பத்திரிகை வெளியானது.[99]

மூக்நாயக் பத்திரிகையின் முகப்பில் துக்காராமின் கவிதை வரிகள் குறிப்பிடப்பட்டிருந்தன. ‘ஊமைகளின் குரல்களை

இந்த உலகம் கேட்பதில்லை?' என்கிற அவருடைய கவிதையின் வரிகளை அம்பேத்கரின் முதல் பத்திரிகையின் பெயராக ஊமைகளின் சொற்கள் கேட்கப்பட வேண்டும் என்பதாகத் தம் மக்களிடத்தில் முன்வைத்தார். ஜனதா பத்திரிக்கையின் முகப்பில் அம்பேத்கருடைய புகழ்மிக்க முழக்கமாக, ஆபிரகாம் லிங்கனின் சிந்தனையிலிருந்து அம்பேத்கரால் எடுத்தாளப்பட்ட 'ஒரு அடிமைக்குத் தான் அடிமை என்பதை உணர்த்து, அவர் கிளர்ந்தெழுந்து கலகம் செய்வார்' என்கிற மேற்கோள் முன்வைக்கப்பட்டது. பிரபுத்த பாரத்தின் முகப்பில் புத்தம் சரணம் கச்சாமி, தம்மம் சரணம் கச்சாமி, சங்கம் சரணம் கச்சாமி என்னும் பௌத்தத்தின் மைய சாரம் இடம்பெற்றது.

அம்பேத்கருடைய நான்கு பத்திரிகைகளின் பெயர்களே அவருடைய அரசியல் நிலைப்பாட்டினையும், இயக்கம் அடைந்திருக்கிற மாற்றத்தையும் புரிந்துகொள்ள உதவும் என்று ஆய்வாளர் கெயில் ஓம்வெத் குறிப்பிடுகின்றார். தொடக்கத்தில் *ஊமைகளின் தலைவர் (1920)*, *புறக்கணிக்கப்பட்ட இந்தியா (1927)*, *மக்கள் (1929)*, இறுதியாக *ஒளிபெற்ற இந்தியா (1955)*. அதாவது அம்பேத்கருடைய இயக்கத்தின் வளர்ச்சிதான் பத்திரிகையின் வளர்ச்சி என்கிற அரசியல் பின்னணியிலேயே தன்னுடைய பத்திரிகைகளை வளர்த்தெடுத்திருக்கிறார் எனலாம். பத்திரிகைககளின் பெயர்கள் மிகவும் கவனமாக அம்பேத்கரால் தெரிவு செய்யப்பட்டிருக்கின்றன என்பதை இப்படிப் புரிந்துகொள்ள முடியும். இது வரையிலும் வாயிருந்தும் ஊமையாகயிருந்தவர்கள் தற்போது பிறர் சொல்வதை மட்டும் கேட்டுக்கொண்டிருக்கும் ஊமைகள் அல்ல, அவர்களுக்கு வாயும் இருக்கிறது பேச்சாற்றலும் அறிவாற்றலும் கொண்ட தலைவரும் இருக்கிறார். ஆனால் அவர்கள் புறக்கணிக்கப்பட்ட இந்தியாவில் வாழ வேண்டிய அவலமான சூழ்நிலையைக் கொண்டிருக்கிறார்கள். தாங்களும் இம்மண்ணின் மக்களாக உணர்வு பெற்றுவிட்டார்கள். அவர்களால் ஒளிபெற்ற இந்தியாவாக (பௌத்த நாடாக) இந்நாடு மாறப் போகிறது.

உள்ளடக்கங்கள்

அம்பேத்கருடைய பத்திரிகைகளின் உள்ளடக்கத்தினைப் புரிந்துகொள்வது அவர் எந்தளவில் கல்வி மறுக்கப்பட்ட மக்களை ஒரு அறிவார்ந்த சமூகமாக மாற்றுவதற்கு முயற்சித்தார் என்பதற்கு உதவும். அதில் வெளியிடப்பட்ட செய்திகளின் உள்ளடக்கத்தினை நாம் கீழ்க்காணுமாறு வகைப்படுத்திக் கொள்ளலாம்.

1. மாநாடுகளின் உரைகள்
2. கூட்டங்களின் தீர்மானங்கள்
3. கருத்தியல் சார்ந்த விவாதங்கள்
4. வேறு பத்திரிகைகளில் வெளிவந்த அம்பேத்கர் இயக்கத்தின் செயல்பாடுகள் மீதான விமர்சனங்களுக்கு மறுப்பும் பதிலுரையும்
5. போராட்டங்கள், மாநாடுகளைப் பற்றிய அறிவிப்புகள்
6. சமகால நடப்புச் செய்திகள், வன்கொடுமைகள் பற்றிய செய்திகள்
7. பிற பத்திரிகைகளில் வந்த செய்திகள், பிற மாநிலச் செய்திகள்
8. வெளிநாட்டு ஆளுமைகள் குறித்த செய்திகள்
9. வாசகர் கடிதங்கள்
10. சந்தா பற்றிய அறிவிப்புகள்

வன்கொடுமைகள் பற்றிய செய்திகளை 'நம்முடைய' காயங்கள் 'நம்முடைய' சொந்த செய்திகள் மற்றும் 'நம்முடைய' வாசகர்களின் கருத்துக்கள் என்னும் உணர்வுசார் தலைப்புகளில் வெளியிட்டார்.[100] வேறுபட்ட கருத்துக்கள் கொண்ட செய்திகள் என்னும் தலைப்பில் பிற அமைப்புகளின் நிகழ்வுகள், மாநாடுகள், சட்ட நடவடிக்கைகள், எதிர்வரும் நாட்களில், மாதங்களில் நடைபெறும் நிகழ்ச்சிகள் இடம்பெற்றன. உழைக்கும் மக்களின் எழுச்சி மிகு பாடல்களும் பத்திரிகைகளில் இடம் பெற்றன. ஜாதி மறுப்புத் திருமணம் செய்தவர்களைப் 'பாராட்டப்பட வேண்டிய ஜாதிகளுக்கிடையேயான திருமணம்' என்னும் தனித்த தலைப்பிட்டு இவ்வாறான திருமணங்கள் ஜாதிகளுக்கிடையிலிருக்கிற தீமைகளைக் களைவதற்கு அவசியமானது என்று மணமக்களின் ஜாதிகளைக் குறிப்பிட்டு அனைவராலும் கவனிக்கப்பட வேண்டிய செய்தியாகவும் வெளியிடப்பட்டது.

வாசகர்களுக்குப் பத்திரிகைகளுக்கான சந்தாவைக் கட்டுவதற்கு உறுதிமொழி படிவத்தையும் வெளியீடு செய்து அது பற்றிய அறிவுறுத்தல்களும் தொடர்ந்து ஏறக்குறைய அனைத்து பதிப்புகளிலும் அறிவிப்பு செய்யப்பட்டது. சில மாநாடுகளில் பத்திரிகைகளைக் கட்டாயமாக வாங்கிப் படிப்பதற்கான தீர்மானங்களும் நிறைவேற்றப்பட்டன. பத்திரிகைக் காகத் தங்களுடைய பங்களிப்பைச் செலுத்துகிறவர்களுடைய

பெயர்களும், அது ஒரு அணாவாகயிருந்தாலும் பத்து ரூபாயாகயிருந்தாலும் முழுமையாக வெளியிடப்பட்டது. அம்பேத்கருடைய இயக்கத்தின் வளர்ச்சிப் பணிகளுக்காக நன்கொடை கொடுத்தவர்களின் பெயர்ப் பட்டியல்கள், பகிஷ்கிருத் பாரத் பத்திரிகையின் நிதிக்கு நன்கொடை அளித்தவர்களின் பெயர்கள் முழுமையாகப் பகுதி சார்ந்து வெளியிடப்பட்டன. மாநாட்டிற்கு உணவு வழங்கியவர்களின் பெயர்களும் அரிசி வழங்கியவர்களின் பெயர்களும் நிதியின் அடிப்படையில் மொத்தமாக எவ்வளவு பேர்கள் என்கிற பட்டியலும் பகிஷ்கிருத் பாரத் பத்திரிகையில் வெளியிடப்பட்டன. பொது மக்களிடம் இருந்து வசூலித்த பணத்திற்கும் அதற்கான செலவினங்களுக்கான விபரங்களையும் தன்னுடைய பத்திரிகையில் வெளியிட்டது அவரின் பொது வாழ்வின் வெளிப்படைத் தன்மையை நமக்குச் சுட்டுகிறது.

பத்திரிகைக்கான சந்தா தொகையினைக் கட்டாத எவருக்கும் பத்திரிகை அனுப்ப இயலாது எனவும் கட்டிய பணத்திற்கான ரசீது இல்லாமல் யாரும் பணம் செலுத்த வேண்டாம் என்கிற கோரிக்கையையும் அம்பேத்கர் முன்வைத்து, பத்திரிக்கையாளர்-வாசகர்கள் என இருவருக்குமான பொறுப்பையும் கடமையையும் உணரச் செய்தார் எனலாம். பகிஷ்கிருத் பாரத் ஜனதா உள்ளிட்ட அம்பேத்கரின் அனைத்துப் பத்திரிகைகளுக்கும் பெண்களுடைய பங்களிப்பு அதிகமாக யிருந்தது.[101] மற்ற செய்திகளுக்கு எந்தளவு முக்கியத்துவம் அளிக்கப்பட்டதோ அதே அளவிற்கு இறப்பு செய்திகளுக்கும் தரப்பட்டது. அம்பேத்கரிய இயக்கத்தில் செயல்பட்டவர்கள், வட்டாரத் தலைவர்கள், ஏதோ ஒரு வகையில் இயக்கத்தோடு தொடர்புடையவர்கள், அவர்களின் குடும்ப உறுப்பனர்களின் இறப்பு பற்றிய அறிவிப்புகள் ஒரு சிறிய நினைவுக் குறிப்புகளோடு வெளியிடப்பட்டன. அம்பேத்கருடைய பத்திரிகைகளின் உள்ளடக்கத்தினை முழுமையாகக் கவனிக்கும்போது அது அனைத்துவிதமான கூறுகளையும் அடக்கிய ஒரு தொகுப்பாக இருப்பதை இப்பட்டியல் வெளிப்படுத்துகிறது.

அம்பேத்கருடைய பத்திரிகைகளைப் பற்றிய மக்களுடைய கருத்துக்கள் கடிதங்களாகவும் மதிப்பீட்டின் வடிவமாகவும் வெளியிடப்பட்டன. அவ்வாறான இயக்கத்தினரின் கருத்துக் களைக் கருத்துச் சுதந்திரமாக ஏற்றுக்கொண்டும் அந்த மதிப்பீடுகள் எத்தகைய வண்ணம் அமைந்திருக்க வேண்டும் என்னும் கருத்தை யும் ஆசிரியர் என்னும் முறையில் அம்பேத்கர் மக்களுக்கு ஆலோசனையாக முன்வைத்தார்.

> ‘கண்களை நன்கு அகலமாகத் திறந்து செய்திகளைப் படிக்க வேண்டும். எங்களைக் கண்மூடித்தனமாகப் பின்பற்ற வேண்டாம் எனவும் நம்முடைய வாசகர்களுக்குத் தெரிவிக்கிறோம். எங்களிடம் ஏதேனும் குறைகள் இருக்குமானால் அதை எங்களுடைய கவனத்திற்குக் கொண்டு வாருங்கள். ஆனால் அதன் நோக்கம் நேர்மையானதாக இருக்க வேண்டும். இது எங்களுடைய வேண்டுகோள்’.

பொது வாழ்வில் பத்திரிகைகள் செய்ய வேண்டிய பணியையும் அது சமூகத்தில் செலுத்த வேண்டிய தாக்கத்திற்கும் தம் மக்களுடைய பகுத்தறியும் எண்ணத்தை வளர்த்தெடுப்ப தற்கும் அம்பேத்கர் காட்டிய அக்கறையை அவர் வெளியிட்ட அறிவிப்பிலிருந்து புரிந்துகொள்ளலாம். இவ்வாறான அறிவிப்புகள் அம்பேத்கருடைய இறப்பிற்குப் பிறகும்கூட அவருடைய பத்திரிகைகளில் வெளியிடப்பட்டன. அம்பேத்கர் இறந்த இரண்டாவது ஆண்டில் பிரபுத்த பாரதத்தில் அம்பேத்கரின் கருத்துக்களைக்கொண்டு சேர்க்க வேண்டியதன் அவசியத்தைப் பற்றியதொரு அறிவிப்பு இவ்வாறு வெளியானது.

> ‘ரஷ்ய எழுத்தாளர்கள் லெனினின் புரட்சிகர சிந்தனைகளை அவர்களுடைய எழுத்துக்களின் வழியாகப் பரவச் செய்து புரட்சிக்கு உதவியதைப் போன்று நம்முடைய எழுத்தாளர்கள் டாக்டர் அம்பேத்கரின் தத்துவங்களைக் கிராமங்களுக்கு எடுத்துச் செல்ல வேண்டும்’[102]

அம்பேத்கருடைய பத்திரிகைகளின் உள்ளடக்கத்தின்படி நாம் கவனித்தால் எந்த ஒரு பொழுதுபோக்கு அம்சங்களும் இல்லாமல் தம் மக்களை ஒரு சிந்திக்கும் மக்களினமாக மாற்றுவதற்குரிய கருவியாகத் தன் பத்திரிகையை விரும்பியிருக்கிறார் எனலாம்.[103] அம்பேத்கருடைய ஜனதா பத்திரிக்கையில் வெளியான செய்திகளை ஆய்வாளர் கெயில் ஓம்வெத் தன்னுடைய கட்டுரை ஒன்றில் விளக்கமளிப்பதைக்கொண்டு அவற்றின் முக்கியத்துவத்தை நாம் உணர்ந்துகொள்ள முடியும்.

> ‘பெரிய எழுத்துருக்களில் தீண்டப்படாதவர்கள் மீது முதலாளிகள் மற்றும் பண்ணையாளர்களின் அநீதியான வன்முறைகளை கண்டனம் செய்யும் வகையிலான தலைப்பு செய்திகள், மிக விரிவாகவும் கவனத்துடனும் எழுதப்பட்ட தலையங்கங்கள் சோசலிச தன்மையை பெறுகின்றன. தொழிலாளர்கள் விவசாயிகளின் போராட்டங்களையும் தலித்துகளின் விடுதலைப் போராட்டத்தையும் விளக்கு கின்ற பாடல்கள், அதைப் போன்றே கூடுகைகள், நிகழ்வுகள்

பற்றிய ஏராளமான அறிக்கைகள் அதன் பக்கங்களை நிறைத்திருந்தன'.[104]

மேலும் ஆழமான சிந்தனைகள், விவாதங்கள் என்பதோடு மட்டுமல்லாது வாசகர், ஆசிரியருக்கிடையில் கருத்துப் பரிமாற்றம் ஏற்படுவதற்குரிய தளம் அமைத்து வேறுபட்ட மக்களையும் தன்னுடைய பத்திரிகையில் எழுத வைத்து ஒடுக்கப்பட்டவர்களுக்கான உரையாடலில் பங்கேற்க செய்தார். வேற்று ஜாதியையும் மதத்தையும் சார்ந்தவர்களையும்கூட எழுத ஊக்கமளித்தார். 'சிந்தனைகளைப் பரிமாறிக் கொள்ளுதல்' என்னும் தலைப்பில் வேறுபட்ட சமயத்தையும் சமூகத்தையும் சார்ந்தவர்கள் பங்களிப்பு செய்தார்கள். இதில் பிராமணர்களும் உள்ளடங்குவர்.

கேசரி, *பாம்பே கிரானிக்கல்* போன்ற பத்திரிகைகள் பிராமணியத்தை உயர்த்திப் பிடிக்கும் பிராமண சமய இலக்கியங்கள், நிகழ்வுகள், செயல்பாடுகளைக் குறித்த விளம்பரங் களைத் தொடர்ந்து வெளியிட்டன.[105] ஆனால், அம்பேத்கருடைய முயற்சிகள் ஏற்கனவே விற்பனையாகிக் கொண்டிருந்த காங்கிரஸ் ஆதரவு பத்திரிகைகளின் அதிகாரப் போக்கினையும் தகர்த்து அதற்கு மாற்றான ஒன்றாகத் தன்னுடைய பத்திரிகையை மக்களிடத்தில் சேர்ப்பதற்கு எண்ணம் கொண்டிருந்தது எனலாம். சமூக மாற்றத்திற்கான கருத்தை விதைப்பதற்கு எத்தகைய முயற்சிகளைக் கவனத்தில் கொண்டிருந்தார் என்பது இன்றைய தலித் இயக்கங்களுக்குரிய பாடமாகும்.

அம்பேத்கர் விரும்பியிருந்தால் தன்னுடைய முழு அறிவு நுட்பத்தையும் வெளிப்படுத்தி ஆங்கிலத்திலேயே ஒரு பத்திரிகையை நடத்தியிருக்க முடியும்.[106] ஆனால் அவர் அதைச் செய்யவில்லை. கல்விகற்றவர்களில் மிகக் குறைந்த எண்ணிக்கையை உடைய மக்களாக அவர் காலத்திய தலித்துகள் இருந்தாலும்[107] தன் பத்திரிகைகளின் வழியாக அவர்களைச் சிந்திக்கும் மக்களினமாக மாற்ற முடியும் என ஆழமான நம்பிக்கை அவரிடத்தில் இருந்தது. எனவே எளிய மக்களிடத்தில் நேரடியாகப் பேசும் ஒரு எளிய பத்திரிகையாகவே இருக்க விரும்பியிருக்கிறார் என்று நாம் அவரை அவதானிக்கலாம்.[108] பத்திரிகைகளில் அதிகமாக விவாதிக்கப்பட்ட செய்தி களில் பிராமணியம், ஜாதி, தீண்டாமை பிரச்சினைகளே முக்கியத்துவம் பெறுகின்றன. அடுத்தபடியாகச் சுயமரியாதைக்கும் கல்விக்கும் அதிக முக்கியத்துவம் கொடுக்கப்பட்டது. பிறகு தலித்துகள் மீதான ஆங்கிலேய அரசினுடைய அக்கறையையும் தலித்துகளின் விடுதலைக்கு அறிவுரையாகச் சொல்லப்பட்ட செய்திகளையும் குறிப்பிடலாம்.

கல்வி

தலித்துகளுக்கு ஆலோசனையாகச் சொல்லப்பட்ட விசயங்களில் கல்விக்கு அதிக முக்கியத்துவம் கொடுக்கப்பட்டது. கல்விதான் மனித குலம் முன்னேறியதன் அடிப்படை. கல்வி தான் உங்களை விடுவிக்கும். தான் உயர்ந்த நிலைக்கு வந்ததற்கும் தம்முடைய மூதாதையர்கள் முன்னேறியதற்கும் கல்விதான் காரணம் என்பதை ஒவ்வொரு வாரமும் தன்னுடைய கட்டுரையில் அம்பேத்கர் சுட்டிக் காண்பித்துக்கொண்டே யிருந்தார். அரசியல் இயக்கத்திற்குத் தருகின்ற முக்கியத்துவத்தைப் போன்றே கல்வியை எல்லா இடங்களிலும் பரவச் செய்வதற்கு முக்கியத்துவம் அளிக்க வேண்டும் என்றார். கல்வி இல்லாமல் அதிகாரமுள்ள முக்கியப் பதவிகளை அடைய முடியாது. முக்கியமான பதவிகள் இல்லாமல் நம்மால் உண்மையான அரசியல் அதிகாரத்தைப் பெற்றுவிட்டதாகக் கூற முடியாது என்கிறார்.[109] கல்வியின் வழியாக அரசியல் அதிகாரம் என்பதே அவருடைய நோக்கமாக இருந்தது. கல்வி என்பதையும் அவர் தொடக்கக் கல்வியை மனத்தில் கொண்டிருக்கவில்லை. மாறாக உயர்கல்வியைக் குறித்தே எப்போதும் பேசி வந்தார்.

'ஒடுக்கப்பட்டவர்களின் விடுதலை என்பது போதுமான உணவு, உடைகள், இருப்பிடம், உயர்ஜாதியினருக்குச் சேவகம் செய்வதிலிருந்து விலகியிருத்தல் மட்டுமல்ல' வாழ்தலின் முக்கியத்துவத்தை உணரச் செய்தல், கீழான நிலைக்குத் தள்ளப்பட்டதன் காரணத்தை அறிந்து கொள்ளுதல், தாழ்வு மனப்பான்மைக்கான காரணங்களை உணர்ந்து கொள்ளுதல். இந்தப் பிரச்சினைகளுக்கான காரணங்களை முறையான உயர்கல்வி இல்லாமல் தீர்க்க முடியாது. அதுவே நம்முடைய அனைத்து சமூக நோய்களுக்கும் மருந்தாகயிருக்கும்'.[110]

பயிற்று மொழியில் ஆங்கிலத்திற்கே முன்னுரிமை அளித்து வந்தார். 'ஆங்கிலக் கல்வி, புலியின் பாலைப் போன்றது. அதைப் பருகினால் புதிய உத்வேகமும் விழிப்புணர்வும் புதிய ஒளியும் பிறக்கும் என்றார்.'[111]

'நான்காம் வகுப்புவரை பயின்றிருக்கிற நூறு மாணவர் களைக் காட்டிலும் பட்டப் படிப்பு முடித்த ஒரு மாணவர் அதிகமாக இந்தச் சமூகத்திற்குச் சேவையாற்ற முடியும்' என்பது அவரது நம்பிக்கையாக இருந்தது.[112]

கல்வி கற்றவர்கள் மானுடத்தின் நன்மைக்காகப் பணி செய்ய வேண்டும் என்று விடுதலைக்கான கருவியாகக் கல்வியை

முன்வைத்தார். அநீதியையும் ஒடுக்குதலையும் தடுப்பதற்கான பொறுப்பை இன்றைய தலைமுறையினர் தங்கள் தோள்களில் சுமந்துகொள்ள முன்வர வேண்டும் என்று மாணவர்களுக்கு அறிவுரையாகச் சொன்னார்.[113] ஆண்கள் மட்டுமல்ல, தலித் சமூகத்தைச் சார்ந்த அனைத்து பெண்களும் படிப்பறிவு பெற வேண்டும் என்பதும் அதுவே விடுதலையின் அடித்தளமாக யிருக்கும் என்பதும் அம்பேத்கருடைய எண்ணம். அதற்காகப் பெண்கள், குழந்தைகள் தங்கி மராத்தி, ஆங்கில வழியில் கல்வி பயில்வதற்கேற்ற விடுதிகளை ஏற்படுத்தினார். அவை பற்றிய விளம்பரங்களையும் தொடர்ந்து தன்னுடைய பத்திரிகைகளில் வெளியிட்டார்.

தலித்துகளுக்காக மட்டுமல்ல பிற்படுத்தப்பட்டவர் களுக்காக நடத்தப்பெறும் விடுதிகளுக்காகவும் அம்பேத்கர் உதவி செய்தார். கைவிடப்பட்ட குழந்தை என்ற பெயரில் நாடகம் நடத்த இருப்பதாகவும் அதனால் கிடைக்கப்பெறும் வருமானம் முழுவதும் ஆர்.ஆர்.போலே நடத்துகின்ற பிற்படுத்தப் பட்ட மாணவர் விடுதிக்காகச் செலவிடப்படும் என ஜனதா பத்திரிகையில் அறிவிப்பு செய்தார்.[114] மேலும் கல்விக் கூடங்களில் ஜாதி ஹிந்து ஆசிரியர்களாலும், நிர்வாகத்தாலும் குடிநீர் பானை, குவளை, உணவுக்கான பாத்திரங்களைப் பயன்படுத்துவது, மாணவர் சேர்க்கைகள், மாணவர்களின் இருக்கைகளைப் பயன்படுத்துவதிலுள்ள தீண்டாமையைத் தன்னுடைய பத்திரிக்கைகளில் ஆதாரங்களுடன் அம்பலப் படுத்தினார். சுமார் 73 பள்ளிக்கூடங்களில் நடைபெற்ற தீண்டாமையைக் குறித்து பட்டியலுடன் பள்ளியின் பெயர், பள்ளி அமைவிடம், பள்ளி யாருடைய கட்டுப்பாட்டில் செயல்படுகிறது, தீண்டாமையின் தன்மை என்ன என்பதைத் துல்லியமாக அரசாங்கத்தின் கவனத்திற்கும் தம் மக்களிடத்திலும் முன்வைத்தார். ‘பண்பாட்டு அளவிலும் கல்வியிலும் நம்மை முன்னேற்றிக்கொண்டால்தான் நம்மீது சுமத்தப்பட்டிருக் கின்ற தீண்டாமையை ஒழிக்க முடியும்’ என்னும் நம்பிக்கையை ஆழமாக விதைத்தார்.

அம்பேத்கருடைய நம்பிக்கை எப்படி ஒரு பெரும் மாற்றத்தை மாணவர்களிடத்தில் ஏற்படுத்தியது என்று ஒரு எடுத்துக்காட்டோடு புரிந்துகொள்வோம். ஒருமுறை பம்பாய் ஃபோரஸ் சாலையிலுள்ள முனிசிபல் பள்ளிக்கூடத்தில் தீண்டாமை கடைப்பிடிக்கப்பட்டது. பள்ளிக்குரிய ஆய்வாளர் குவாலியரிலிருந்து நேரடியாக வந்து ஆய்வு செய்தார். ஆனால் எவ்விதமான தீண்டாமையும் கடைப்பிடிக்கப்படவில்லை என்று அறிக்கை தந்தார். இதனைக் கேள்வியுற்ற தலித் மாணவர்கள்

ஜாதி ஹிந்து மாணவர்கள் அருந்தக் கூடிய பானையிலிருந்து தண்ணீரை வேண்டுமென்றே எடுத்துக் குடித்தனர். இதனை அறிந்த பள்ளியினுடைய வேலையாளர் மறுநாள் அந்த மாணவர்களைப் பள்ளிக்குள் நுழைய விடாமல் தடுத்து நிறுத்தினார். இதனை அறிந்த தலித் மாணவர்கள் ஏதாவது செய்ய வேண்டுமென முடிவு செய்து மேலும் இருபது மாணவர்கள் அதே தண்ணீர் பானையிலிருந்து அருந்தினர். இதைக் கண்ட பள்ளியின் தலைமையாசிரியர் அம்மாணவர்களோடு பேச்சு வார்த்தை நடத்தினார்.

இப்படிச் செய்வதால் உங்களுக்கு என்ன நன்மை?

‘அவமானத்தையும் அவமதிப்பையும் போக்கிக்கொள்ள முடியும்’

‘இப்படிச் செய்தால் தலித் அல்லாத மாணவர்கள் பள்ளிக்கூடத்தை விட்டுப் போய்விடுவார்கள்.’

‘அப்படி அவர்கள் தீண்டாமையைக் கடைப்பிடிக்க விரும்பினால் முனிசிபல் பள்ளிக்கு வரக் கூடாது. அவர்கள் வேறு பள்ளிக்கூடத்திற்குச் சென்றாலும் அங்கும் நாங்கள் செல்லுவோம்.’

‘ஏன் இதைச் செய்கிறீர்கள்? உங்கள் இருவருக்கும் தனித்தனியாகக் குடிநீர் வசதிகள் செய்து தருகிறேன்.’

‘அப்படிச் செய்வதில் என்ன இருக்கிறது?’

நீங்கள் தீண்டாமைக்குத்தான் உதவி செய்கிறீர்கள்.

‘தலித் அல்லாத மாணவர்களுக்கு நீங்கள் விரும்புவதைச் செய்துகொள்ளுங்கள்.’

தலித் மாணவர்களைப் பள்ளிக்கு வெளியே வரும்படி அழைத்து சுமார் முந்நூறு மாணவர்கள் ஒன்றிணைந்து சிவாஜிக்கு ஜே, சரஸ்வதிக்கு ஜே, அம்பேத்கருக்கு ஜே என்று முழக்கங்களை எழுபபினார்கள். பிறகு இந்தப் பிரச்சினையை விரைவில் தீர்ப்பதாகப் பள்ளியின் தலைமையாசிரியர் உறுதி செய்த பிறகு முடிவுக்குக்கொண்டு வரப்பட்டது. அம்பேத்கரும் அவருடைய இயக்கமும் மாணவர்களிடத்திலும் ஒடுக்கப்பட்ட மக்களிடத்திலும் செலுத்திய தாக்கம் இதுதான். கல்விக்கு எந்தளவு முக்கியத்துவம் கொடுத்தாரோ அதே அளவில் நல்ல பண்பிற்கும் முக்கியத்துவம் கொடுத்தார். ‘தான் கற்ற கல்வி ஏழைகளின் நலனுக்குத் தீங்கு விளைவிக்குமாயின் அந்தப் படித்த மனிதர் சமுதாயத்திற்கே சாபமாவார். நடத்தையும் பண்புநலன்களும் கல்வியைவிட முக்கியமானதென்றார்.’[115]

விழிப்புணர்வு

'தலித்துகள் சாணியினாலோ, மெழுகினாலோ செய்யப் பட்டவர்கள் அல்ல. அவர்கள் உறுதியானவர்கள், போரிடும் இனத்தைச் சார்ந்தவர்கள்' என்றார். 'உலகம் மாறிக்கொண்டே யிருக்கிறது. நீங்களும் மாற வேண்டும். பழைய முறைகள் எல்லாம் கைவிடப்பட வேண்டும். நாம் எதிர்ப்பதற்குப் பதிலாக அடிமைகளாக வாழ்ந்து வந்திருக்கிறோம். நாம் தாழ்நிலையில் இருப்பதற்கு நம்முடைய அடிமை மனநிலையும் ஒரு காரணம்' என்று குறிப்பிட்டார். 'அடிமைத்தனத்தை ஒழிக்க வேண்டும் எனில், அசுத்தமான பழக்கவழக்கங்களை ஒழிப்பதுதான் அடிமைத்தனத்தை ஒழிப்பதன் அடிப்படையாகும்' என்றார்.

தலித்துகளின் நிலையை மாற்றுவதற்கு நடைபெற்ற மாநாடுகளில் முந்தைய வரலாற்றுச் சூழல்களை அம்பேத்கர் நினைவுபடுத்தினார். ராணுவத்துறையில் சுபேதாராக, ஹவில்தாராக, தலைமையாசிரியராக, அலுவலகப் பணியாள ராக இருந்த தலித் சமூகத்தைச் சார்ந்தவர்களைப் பற்றிய உயர்வான காலகட்டங்களைத் தம் மக்களுக்கு நினைவூட்டினார். மராத்திய படைவீரர்களும் மகர், சாம்பார் போன்ற ஒடுக்கப்பட்ட சமூகங்களைச் சார்ந்த சுபேதார்களுக்குத் தலைதாழ்த்தி மரியாதை செய்ததையும் குறிப்பிட்டு பேசினார். ராணுவத்தில் தலித்துகள் சேர்ந்து பணியாற்றிய காலகட்டத்தில் அவர்களுடைய கல்விநிலை உயர்வடைந்ததையும் புத்தகம் வாங்கும் பழக்கமும் அதிகரித்ததாகவும் குறிப்பிட்டு அவர்களின் சிந்தனைகளைத் தூண்டி சமூகச் செயல்பாட்டிற்குள் அவர்களை ஈடுபடுத்து வதற்குப் பத்திரிகைகள் ஒரு தளமாக அமைந்தது எனலாம்.

மக்கள் விழிப்படைவதற்கான கருத்துக்களைக் கூறிக் கொண்டேயிருந்தார். அமெரிக்கப் பத்திரிகை ஒன்று[116] உண்மையான மனிதர் யார்? அவர் எப்படியிருக்க வேண்டும் என்பதைக் குறித்த கட்டுரை ஒன்றை வெளியிட்டது. அதனைத் தன்னுடைய மக்களுக்கு எடுத்துரைப்பதற்காகப் பகிஷ்கிருத் பாரத் பத்திரிகையில் மொழிபெயர்த்து வெளியிட்டார். அதில் சுயநலமற்றவராகயிருப்பவர், பெண்களை மதிப்பவர், தனிவாழ்விலும் பொதுவாழ்விலும் நேர்மையாக இருப்பவர், நண்பர்களிடத்தில் நேர்மையாக இருப்பவர், குறைவாகப் பேசி அதிகம் செயல்படுபவரே உண்மையான மனிதர் எனக் குறிப்பிட்டிருந்தது. தம் மக்களையும் சுயநலமற்ற நேர்மையாள ராகச் செயல்படுவதற்கான எதிர்நோக்குடன் அக்கட்டுரையை வெளியிட்டார் என அவதானிக்கலாம்.

'ஆடுகளைத்தான் பலியிடுவார்கள்; சிங்கங்களை அல்ல' என்கிற அம்பேத்கருடைய புகழ்மிக்க வாசகம் தலித்துகளுக்கு ஆலோசனையாகச் சொல்லப்பட்டதல்ல. மாறாக எச்சரிக்கையாகவே சொல்லியிருக்கிறார். சில நேரங்களில் கடுமையான சொற்களையும் பயன்படுத்தினார். உங்களுடைய வாழ்க்கையைவிட உங்கள் பிள்ளைகளுடைய வாழ்க்கை உயர்வானதாகயிருக்க வேண்டும் என்று விரும்பாத பெற்றோர்களுக்கும் விலங்குகளுக்கும் வேறுபாடில்லை என்று படிப்பின் வாசனையைகூட அறிந்திராத மக்களை அதை நோக்கித் திருப்பினார். இவ்வளவு கடுமையான சொற்களைப் பயன்படுத்தியிருக்க வேண்டியதில்லை என்று நமக்கு எண்ணத் தோன்றினாலும் அந்தக் காலச் சூழ்நிலையில் தேவைப்பட்டது எனவும் அல்லது கல்விக்கு அம்பேத்கர் தந்த முக்கியத்துவத்தை உணர்வு சார்ந்த அறிவுரையாகவும் மதிப்பிடலாம்.

சுயமரியாதை

கல்வியையும் சுயமரியாதையைக் குறித்தும் பத்திரிகை களில் வெளியான அம்பேத்கருடைய (ஏறத்தாழ) எல்லாக் கட்டுரைகளிலும் காண முடியும். சுயமரியாதை இல்லாத ஒரு வாழ்வு மனிதராக வாழ்வதற்குத் தகுதியற்ற ஒரு வாழ்க்கை, சுயமரியாதை இல்லாத மனிதர் வெறும் பூஜ்ஜியம்தான் என்றார். சுயமரியாதை வாழ்கையில் மிகவும் முக்கியமான தொரு காரணியாகும் என்கிற அழுத்தத்தைத் தொடர்ந்து கொடுத்துக்கொண்டிருந்தார்.[117] அவற்றோடு இணைந்து 'சொந்தக் காலில் நில்லுங்கள், யாருடைய உதவியையும் எதிர்பார்க்காதிருங்கள்' என்னும் நம்பிக்கையையும் அவர் தொடர்ந்து வலியுறுத்தி வந்த ஒரு முக்கியமான அழுத்தமாக கொள்ள முடியும். தன்னுடைய பிறந்த நாளின் போதும் 'உங்களுக்காக எந்த மீட்பரும் வரமாட்டார், நீங்களே உங்களைப் பார்த்துக்கொள்ளுங்கள். எந்த ஒரு தனி நபரையும் சார்ந்திருக்க வேண்டாம். உங்களுடைய மீட்பு உங்களுடைய கைகளிலேயே உள்ளது. உங்களுடைய சொந்த முயற்சிகளிலேயே இருக்கிறது என்றார்.[118]

மற்றொரு மூக் நாயக் தலையங்கத்தில்,

> 'நாய்களும் பூனைகளும் தீண்டப்படாதவர்கள் சாப்பிட்ட மீதி உணவை உண்கின்றன. குழந்தைகளின் மலங்களையும் அவை சாப்பிடுகின்றன. ஆனால் தீண்டக் கூடிய ஜாதிகளின் வீடுகளுக்குள் அவை நுழைகின்றன. அவை அவர்களைத் தீட்டுப்படுத்துவதில்லை. அவர்களும் அவைகளைத் தொடுகிறார்கள், தொட்டு அணைத்துக்கொள்கிறார்கள்.

அந்த விலங்குகள் தம் வாயைக்கூட அவர்கள் வீட்டுச் சாப்பிடும் தட்டுக்களில் வைக்கின்றன. அவர்களும் எவ்விதமான மறுப்பையும் வெளிக்காட்டுவதில்லை. ஆனால் தீண்டப்படாதவர்கள் ஏதேனும் ஒரு வேலைக்காக அவர்களுடைய வீட்டிற்கு வந்தால் வீட்டிற்கு வெளியேதான் நிற்க வேண்டும். வீட்டின் உரிமையாளரும் அவர்களைத் திட்டுவார்.'[119]

நாய்களைவிடக் கேவலமான பிறவிகளாக ஜாதி ஹிந்துக்கள் தீண்டப்படாதவர்களிடம் நடந்துகொள்வதைத் தம் மக்களிடத்தில் உணர்த்துவதற்காக எளிமையான உதாரணங்களினால் சுட்டிக் காண்பித்தார். இதையே இளைஞர்களுக்கான உரையாடலாக அவர் முன்வைக்கும்போது இன்னும் அழுத்தமாக வேறு சொற்களில் குறிப்பிட்டார். உதாரணமாக,

'உங்களை மலம் அள்ளச் சொல்வது, கோயிலுக்குள் வரக் கூடாது என்று சொல்லும் கொடிய வார்த்தைகள் உங்களுடைய இதயத்தைத் தொடவில்லையா? தலித் இளைஞர்களே இதைப் பற்றி நீங்கள் சிந்திக்கவில்லையா?

'எவ்வளவு நாள் பொறுத்துக்கொண்டிருப்பீர்கள்? மனிதர்களாக மாறுவதற்கு நீங்கள் நன்கு யோசிக்க மாட்டீர்களா? ஒவ்வொரு தனிநபரும் ஒவ்வொரு சமூகமும் தாங்கள் மீளும் வழிமுறைகளைத் தாங்களாகவே பெற்றுக்கொள்ள வேண்டும். நாம் இழந்த உரிமைகளைப் பெறுவதற்கு எந்த ஒரு துன்பத்தையும் சந்திக்க தயாராகயிருக்க வேண்டும்'.

என்று அடுத்த தலைமுறையினரைச் சிந்திக்க வைத்துச் செயல்படுவதற்குத் தூண்டினார். சுயமரியாதையைப் பற்றித் தொடர்ந்து பேசிய அம்பேத்கர் தலித்துகள் உடலளவிலும் மனதளவிலும் எவ்வளவு பலம் வாய்ந்தவர்கள் என்பதையும் இணைத்து அவர்களை உற்சாகமூட்டினார். 'நாம் பலமிக்கவர்கள் என்பதை அங்கீகரித்துக்கொண்டால் இஸ்லாமியர்களும் ஹிந்துக்களும் நம்முடைய ஆதரவு இல்லாமல் வெற்றி பெற முடியாது' என்றார். இப்படித் தலித்துகளை ஊக்கப்படுத்தி வழிகாட்டுவதற்கான தலைமை அவருக்கு முன்பு வரையிலும் வெற்றிடமாகவேயிருந்தது.

சுயாட்சி

அம்பேத்கர் தன்னுடைய மக்களை ஒருங்கிணைத்து இயக்கத்தைத் தொடங்கிய அதே காலகட்டத்தில் காந்தியும் தன்னுடைய அரசியல் நகர்வில் முக்கியமானதொரு கட்சியின் தலைமையில் இருக்கிறார். அவருடைய கவனம் முழுவதும்

இந்திய விடுதலையும் முழு சுயாட்சியுமாகயிருந்தது. 1914ஆம் ஆண்டு முதலே அவரே சுயாட்சியைக் குறித்து பேசத் தொடங்கி னார். காந்தியின் சுயாட்சிக்கு (swaraj) எதிர்வினையாகத் தலித்துகளின் நிலைப்பாட்டிலிருந்து எடுக்கப்பட்ட முடிவுகளைக் குறித்து 'இது யாருக்கான சுயராஜ்யம், யாருடைய சுயராஜ்யம்?'. அந்த சுயராஜ்யத்தில் தலித்துகளாகிய நாங்கள் எப்படியிருப்போம். அதே பங்கிகளாகவும், சாமார்களாகவும் இருப்போமா? எங்களுடைய மக்களுக்கு என்ன நடக்கும்? என்பது போன்ற பதிவுகளும் தொடர்ந்து அம்பேத்கரின் மூக்நாயக் இதழ்களில் வெளியாகின.

தலித்துகளை ஒருபுறம் ஒடுக்கிக்கொண்டே இன்னொரு புறத்தில் இந்தியாவின் விடுதலையைக் குறித்து காந்தியும் அவர் சார்ந்திருக்கிற காங்கிரஸ் கட்சியும் பேசுவதில் எவ்வித நியாயமுமில்லை என்பதாக அவருடைய கருத்துக்கள் இருந்தன. 'சுயராஜ்யத்தைக்கொண்டு வருவதற்கு நீங்கள் (காங்கிரஸ்) தகுதியற்றவர்கள்' தலித்துகளின் உரிமைகளை ஏற்றுக்கொள்ள நீங்கள் தயாராகயில்லை. நீதியோடு ஏழைகளையும், வலிமையற்ற மக்களையும் நடத்துவதற்கும் நீங்கள் தயாராகயில்லை. இதுவே ஹிந்து ராஜ்யமாக அமைந்தால் ஏழைகள், பலமற்றவர்களின் முதுகுத் தண்டை உடைத்துவிடுவீர்கள். சுயராஜ்யம் என்பது உங்களுடைய உரிமைதானே ஒழிய அது தலித்துகளின் உரிமைக்கானதல்ல' என்று கடும் விமர்சனம் செய்தார். ஆனால் சுயராஜ்யம் ஏற்படுமானால் தலித்துகளுக்குரிய பங்கு தரப்பட வேண்டும் என்கிற உரிமை சார்ந்த கோரிக்கையை யும் முன்வைத்தார்.[120] ஒடுக்கப்பட்ட மக்களின் சார்பாகவும் பிற ஏழைகளுடைய சார்பாகவும் அம்பேத்கருடைய பத்திரிகை பேசியதையும் நாம் இங்கே கவனிக்கலாம். காந்தியினுடைய சுயராஜ்யம் என்கிற கருத்தாக்கத்தை மட்டுமல்ல காந்தியையும் தன்னுடைய பத்திரிகையில் கடும் விமர்சனம் செய்தார். 'என்னுடைய முதற்பெரும் எதிரி திரு. காந்தி என்பதை நீங்கள் மனதில் இருத்திக்கொள்ள வேண்டும் என்று கேட்டுக் கொள்கிறேன். அவரை விரோதி என்று கூறுவதற்குப் பொருத்த மான நியாயங்கள் இருந்தாலும் அந்த வார்த்தையைப் பயன்படுத்த விரும்பவில்லை' என்று அவருடைய நிலைப்பாட்டை எடுத்துரைத்தார்.[121]

> 'காந்தி தன்னுடைய முக்கியத்துவம் அனைத்தையும் ராட்டைக்குத் தருகிறார். எனவே தீண்டாமையை நீக்குவதற்குரிய முக்கியத்துவத்தை அவர் தரவில்லை. ஹிந்துக்களுக்கும் முஸ்லிம்களுக்கும் இடையில் கலவரம் ஏற்பட்டபோது இருபத்தியோரு நாள் உண்ணாவிரதம்

இருந்தார். காங்கிரஸின் உறுப்பினராக மக்கள் இணைவ தற்குக் காதியைக் காந்தி கட்டாயமாக்கினார். ஆனால் தீண்டாமையைக் கடைபிடிப்பதற்கு எதிராக ஒரு நாளாவது நோன்பு இருந்தாரா?

எனத் தீண்டாமை, ஜாதி ஒழிப்பு தொடர்பான காந்தியின் செயல்பாடுகள் அம்பேத்கருக்குத் திருப்திகரமானதாகவோ அல்லது தலித்துகளுக்கு உதவிகரமானதாகவோ இல்லை என்கிற நிலைப்பாட்டிலேயே தொடக்கத்தில் விமர்சனம் செய்தார். காந்தியின் சதுர்வர்ணம் குறித்த கருத்துக்களைத் தன்னுடைய பகிஷ்கிருத் பாரத் பத்திரிகையில் வெளியிட்டு,

> ‘தற்போதைய சமூக சமய அடிமைத்தனத்திற்கு எதிராகக் கலகம் செய்ய விரும்புகிறவர்கள் முதிர்ச்சியற்ற பழைமை யான காந்தியின் கருத்துக்களுக்கு எதிராகவும் கலகம் செய்ய வேண்டும்’ என்றார்.

காந்தியினுடைய கருத்துக்களுக்குக் கலகம் செய்ய முடியாத எந்த ஒரு சமூக சமய சீர்திருத்த இயக்கமும் முன்னேற்றப் பாதையில் செல்ல முடியாது என்பதையும் எச்சரிக்கையாக விடுத்தார்.

ஜாதியம்

ஜாதியைக் குறித்த விமர்சனங்கள் தொடர்ந்து பத்திரிகை களின் வழியாக மக்களிடத்தில் கொண்டு செல்லப்பட்டு அதை விவாதப் பொருளாக்கி, தீர்வை நோக்கி நகரச் செய்தார். ‘தீண்டாமை பிரச்சினையோடு ஜாதியப் பிரச்சினையையும் சேர்த்தே கவனிக்கப்பட வேண்டும். ஒன்றிலிருந்து ஒன்றைப் பிரிக்கக் கூடாது’ எனத் தீண்டாமைக்கு மட்டும் முக்கியத்துவம் கொடுத்து வந்த காங்கிரஸ் மற்றும் காந்தியின் நிலைப்பாட்டிற்கு எதிர்நிலையிலிருந்து ஜாதியின் பிறப்பிடமாகயிருந்த ஹிந்து மதத்தையும் விமர்சனம் செய்தார். ஜாதியும் ஹிந்து மதமும் ஒன்றோடொன்று பின்னிப் பிணைந்தது. ஹிந்து மதத்தின் சமத்துவமின்மையை வேறு எதனுடனும் ஒப்பிட முடியாது. அது வெறுப்பை அளிக்கக் கூடியது. ஒன்றிணைதலையும், சமூக உறவு முறைகளையும் ஜாதி தடுக்கிறது. ஒரு ஜாதி மற்றொரு ஜாதியினரை அந்நியராகப் பார்க்கிறது என்று ஜாதியின் இருண்ட பக்கங்களை வெளிப்படையாக விவாதித்தார். முதல் பத்திரிகையாகிய மூக் நாயக்கிலேயே ‘ஜாதி பல அடுக்குகளைக் கொண்ட கோபுரம், அதில் மூடப்பட்ட அறைகள்தாம் உள்ளன. ஒரு அறையிலிருந்து ஒரு அறைக்கு மாற முடியாது. ஒவ்வொரு அறையில் இருப்பவருக்குமிடையில் எவ்விதமான தொடர்புமில்லை. ஒரு அறையில் பிறந்த ஒருவர் அதே

அறையிலேயே இறக்க வேண்டும்' என்று எழுதினார். இது ஜாதிய கோட்பாட்டின் சாரம்சத்தைச் சுருக்கிய வடிவமாக எளிதில் விளங்க வைப்பதாகயிருந்தது.

ஜாதிதான் இந்தச் சமூகத்தைப் பிரிக்கிறது. ஜாதியை ஒழிப்பதற்குப் புராணங்களையும் சாஸ்திரங்களையும் கேள்விக்கு உட்படுத்த வேண்டும் என்ற விமர்சனங்களையும் மக்களிடத்தில் எடுத்துச் சென்றார். மனுதர்மம் புனித நூல் என்று அழைக்கப்படுவதற்குத் தகுதியுடைய நூல் அல்ல எனவும் வெளிப்படையாகத் தம் வாசகர்களுக்கு அறிவித்தார். அக்கால ஜாதி ஹிந்துக்கள் கலந்துண்ணுதலையே ஜாதி ஒழிப்பின் முக்கியத் தன்மையாகப் பெருமையடித்துக்கொண்டிருந்தபோது அவர்களின் சடங்குத்தனமான கலந்துண்ணும் நிகழ்ச்சியை யும் அம்பேத்கர் விமர்சனம் செய்தார்.

> 'தீண்டும் ஜாதியினருக்கும் தீண்டப்படாதவர்களுக்கும் இடையில் கலந்துண்ணும் நிகழ்ச்சி நடைபெறும்போது அதில் சமைப்பவரும் விருந்துக்கு அழைத்தவரும் தீண்டுகிற ஜாதியாக இருக்கும் பட்சத்தில் அந்தச் சடங்கில் எவ்விதமான பொருளும் இல்லை. தீண்டும் ஜாதியினருக்கும் தீண்டப்படாதவர்களும் இடையில் கலந்துண்ணும் நிகழ்ச்சியில் சமைத்தவர் பிராமணராகயிருக்கும் போது அங்குத் தீட்டிற்கு வேலையில்லை. பிராமணியத்தை ஒழிக்க வேண்டும் என்பதே கலந்துண்ணும் நிகழ்ச்சியின் நோக்கமாகயிருந்தால் அந்த உணவு ஒரு தீண்டப்படாதவரால் தயாரிக்கப்பட்டிருக்க வேண்டும்' என்று அழுத்தமாகத் தம் கருத்தை ஒடுக்கப்பட்ட மக்களிடத்தில் மட்டுமல்ல ஜாதி ஹிந்துக்களுக்கும் சொல்லி வைத்தார்.

ஜாதி எவ்வாறு இறுக்கமுடையதாக ஒருவரை அவருடைய பிறப்பின் வழியாகத் தாழ்த்தி முன்னேறவிடாமல் தடுக்கிறது, கல்விக்குரிய வாய்ப்பையும் ஜாதிய தொழிலைத் தாண்டிய வேறு தொழிலையும் செய்யவிடாமல் தடுக்கிறது என்பதைப் பற்றியும் மிக அழுத்தமாக மக்களிடத்தில் பேசினார். அதுமட்டுமல்லாது தலித் மாணவர்கள் எவ்வாறு ஜாதிய பாகுபாட்டோடு வகுப்பறைகளில் அமரவைக்கப்படுகிறார்கள் என்பதைப் பற்றிய நீண்ட பட்டியலைப் புள்ளிவிவரத்தோடு வெளியிட்டுத் தம் மக்களின் பார்வைக்கும் அரசாங்கத்தின் கவனத்திற்கும் கொண்டு சென்றார்.

கம்யூனிசம்

அம்பேத்கருடைய ஜனதா பத்திரிகை கல்வியின் முக்கியத்துவம், கலந்துண்ணுதலின் அவசியம், காந்திக்கு

எழுதிய மறுப்புக் கடிதங்கள், வட்ட மேசை மாநாடு பற்றிய குறிப்புகள், கடவுள், பூசை, விரதம் இவற்றிற்கு எதிரான கருத்துக்கள் இடம்பெற்றாலும் தொழிலாளர்கள் குறித்த கருத்துக்களை அதிகமாக முன்வைத்தது. தொழிலாளர்களும் ஜாதிக்கு எதிராக நிற்க வேண்டும் என்பது பற்றிய செய்திகளில் அதிக அழுத்தம் கொடுத்தது.

> ‘உழைக்கும் வர்க்கத்தினரின் போராட்டத்தை வலிமைப் படுத்த வேண்டுமானால் சமயத்தின் மீதான அடிமைத் தனங்களைக்கொண்டிருக்கும் மனநிலை அழிக்கப்பட வேண்டும். ஒருங்கிணைந்த உழைக்கும் மக்களின் போராட்டத்தின் முன் நிபந்தனையாக ஜாதி மற்றும் தீண்டாமை ஒழிக்கப்பட வேண்டும்’[122] என்றார்.

மேலும் எல்லாவிதமான ஜாதிய வேறுபாடுகளையும் விடுத்து தாங்கள் விவசாயிகள், தொழிலாளர்கள் என்று ஒரே உணர்வு பெற்றவர்களாகயிருக்க வேண்டும் எனவும் வேண்டுகோள் வைத்தார். கோத்தி, வாட்டன் போன்ற ஜாதிய பாரம்பரிய இழிதொழில்களுக்கெதிராகத் தொடர்ந்து தன்னுடைய பத்திரிகைகளின் வழியாக மக்களை ஒன்றிணைக்கவும் விழிப்படையவும் செய்தார். மகாராசுடிரா மாநிலச் செய்திகள் மட்டுமல்லாது வங்காளம், குசராத், பீகார் போன்ற பிற மாநிலங்களி லுள்ள விவசாய தொழிலாளர்கள் குறித்த செய்திகளையும் ஜனதா வெளியிட்டது. விவசாய தொழிலாளர்கள் தங்களுடைய தொழில் முறை சார்ந்த பிரச்சினைகளில் உணர்வு பெற்றிருப்ப தோடு ஜாதி, தீண்டாமைக்கு எதிரான கருத்துக்களிலும் அவர்களிடமிருந்த பழைய சிந்தனை முறைகளை அகற்றுவதற்கு அம்பேத்கர் முயற்சித்தார் எனலாம்.

கோத்தி முறைக்கு[123] எதிராகக் கம்யூனிஸ்டுகளோடு இணைந்த போராட்டத்தைப் பற்றிய செய்திகளைத் தொடர்ந்து ஜனதா பத்திரிகை வெளியிட்டது. 25,000 பேர்களுடன் பம்பாய் கவுன்சில் அரங்கில் 1938ஆம் ஆண்டு ஜனவரி 12ஆம் நாள் ஒரு பெரும் பேரணி நடத்தப்பட்டது. விவசாய தொழிலாளர்களுக்கு நிரந்தர வருமானம், கோத்தி முறையை ஒழிக்கும் சட்டமியற்ற வேண்டும், பண்ணை முறையை ஒழிக்க சட்டமியற்ற வேண்டும் என்னும் கோரிக்கைகள் முன்வைக்கப்பட்டன. கோத்தி எதிர்ப்புப் போராட்டத்திற்கு ஆதரவாகயிருந்தவர்களைப் பற்றியும் அப்போராட்டத்தின் போக்கையும் அம்பேத்கருடைய நிலைப்பாட்டைப் பற்றியும் சுதந்திர தொழிலாளர் கட்சியையும் அதன் செயல் திட்டங்களையும் பற்றி அம்பேத்கர் விளக்கிப் பேசியவைகளும் ஜனதாவில் விரிவாக வெளியாயின.

விவசாயிகள், தொழிலாளர்களுக்கான உரிமைகளைப் பற்றிப் பேசும்போது ‘ஹிந்தி தொழிலாளர் வர்க்கம்’ என்னும் சொல்லாடலையும் தொடர்ந்து தன்னுடைய பத்திரிகைகளில் அம்பேத்கர் பயன்படுத்தி வந்தார் என்பதும் குறிப்பிடத்தகுந்த செய்தியாகும். கார்ல் மார்க்ஸின் ‘கூலி, உழைப்பு, மூலதனம் என்னும் நூல் மகாராசுடிராவில் வெளியாவதற்குச் சுமார் இருபது ஆண்டுகளுக்கு முன்பே ஜனதாவில் தொடர் கட்டுரையாக வெளியிடப்பட்டது. அதேபோன்று மாக்சிம் கார்க்கியின் தாய் நாவலின் மொழிபெயர்ப்பும் தொடராக வெளிவந்தது. இவையெல்லாம் தொழிலாளர்களை வர்க்கமாக ஒன்றிணைப்பதில் அம்பேத்கர் எடுத்துக்கொண்ட முன்முயற்சிகளாகக் கொள்ளலாம்.

தொழிலாளர் என்னும் வகையில் ஒன்றிணைந்தாலும் அவர்களுக்குள் உறைந்திருந்த ஜாதி என்னும் நோயைக் குணமாக்குவதிலேயே அம்பேத்கரின் கவனம் இருந்தது. எனவே அதைப் பற்றிய கருத்துக்களையும் அவர்களிடத்தில் விதைத்துக் கொண்டேயிருந்தார்.

> ‘தீண்டப்படுபவர்களுக்கும் தீண்டப்படாதவர்களுக்கும் இடையேயுள்ள போராட்டம் பெருமளவில் பொருளாதாரத்தைத் தாண்டிச் சமூகத் தன்மையைக் கொண்டிருக்கிறது. உற்பத்தி முறையில் எவ்விதமான அதிகாரமும் அவர்களுக்கு இல்லை. முழுமையாகத் தெரிந்துகொள்ள முடியாத அடிமைத்தனத்தினால் ஆட்பட்டிருக்கிறார்கள். திறந்த சந்தை முறையில் தங்களுடைய உழைப்பை விற்பதற்கு எவ்விதமான வாய்ப்பினையும் அவர்கள் பெற்றிருக்கவில்லை. தீண்டாமை ஒழிக்கப்பட்டால் ஒழிய உற்பத்தியில் எவ்விதமான உரிமையும் அவர்களுக்குக் கிடைக்கப் போவதில்லை’[124] என்றார்.

ஒடுக்கப்பட்டோரின் நிலையிலிருந்து தொழிலாளர்களுக்கான பிரச்சினைகளை அணுகினாலும் கோத்தி எதிர்ப்புப் போராட்டத்தின் போது வேறுபட்ட ஜாதியைச் சார்ந்தவர்கள் என்பதைத் தாங்கள் மறந்து ஒரே ஜாதியாக, குத்தகைதாரர்கள் என்னும் ஒரே ஜாதியாக இணைய வேண்டும்[125] எனக் கேட்டுக்கொண்டார். தன்னுடைய சுதந்திர தொழிலாளர் கட்சியும் எந்த ஒரு ஜாதிக்கும் உரியதல்ல என்றும் அம்பேத்கர் தொடர்ந்து ஜனதாவில் வலியுறுத்தினார். ‘லெனின் இந்தியாவில் பிறந்திருந்தால் ஜாதியத்தையும் தீண்டாமையையும் முதலில் ஒழித்திருப்பார். அவையில்லாமல் புரட்சி என்னும் கருத்தாக்கத்தை முன்னியிருத்தியிருக்க அவரால் முடிந்திருக்காது’ என்றும் முப்பதுகளுக்கு முன்பே எழுதினார்.[126]

பகத்சிங்கினுடைய மரண தண்டனையைக் குறித்தும் ஜனதா பத்திரிகையில் அம்பேத்கர் தலையங்கம் எழுதினார். காந்தி மூன்று இளைஞர்களுடைய உயிரையும் காப்பாற்றி விடுவார் என்கிற எண்ணம் இர்வினோடு நடத்திய பேச்சுவார்த்தை யில் இருந்தது. ஆனால் அந்த நம்பிக்கையும் எதிர்பார்ப்பும் பலனளிக்காமல் வீணானது. மூன்று பேரும் தூக்கிலிடப் பட்டார்கள். பகத்சிங்கினுடைய கடைசி ஆசை தான் தூக்கிலிடப்படாமல் துப்பாக்கியால் சுட்டுக் கொல்லப்பட வேண்டும் என்பதே. அந்தக் கடைசி ஆசையும் நிறைவேற்றப்பட வில்லை. இது இங்கிலாந்தின் கன்சர்வேட்டிவ் கட்சியைத் திருப்திப்படுத்த நடந்த கொலை என்று எழுதினார்.[127]

பாடல்கள்

ஜனதா பத்திரிகையில் உழைக்கும் மக்களுடைய பாடல்கள் மிகுந்த கவனம் பெற்றவைகளாகும். அம்பேத்கரிய இயக்கத்தில் தலித் கலைஞர்கள் வெகுவாகப் பங்குபெற்றிருந்ததே அதற்குரிய முக்கியக் காரணமாகும்.[128] அம்பேத்கரிய இயக்கப் பாடல்களையும் அதன் தன்மைகளையும் புரிந்துகொள் வதற்குக் காந்தியின் *ஹரிஜன்* இதழ் எத்தகைய பாடல்களை வெளியிட்டுத் தலித்துகளின் போராட்ட உணர்வை அமைதிப் படுத்தியது என்றும் அறிந்துகொள்வது அவசியமாகும். தூய்மையாளர் என்னும் தலைப்பில் வெளியான தாகூரின் பாடல் ஒன்றை நாம் அம்பேத்கரிய பாடலோடு ஒப்பு நோக்கலாம்.

தூய்மையாளர்

என் நண்பனே
அவர்கள் உன்னைத்
தொட மறுப்பது ஏன்?
அவர்கள் உன்னைத்
தூய்மையற்றவரென அழைப்பது ஏன்?
ஒவ்வொரு(வரின்) காலடியிலும்
பின்தொடர்வது யார் சுத்தம்?
பூமியையும் காற்றையும் நாம்
வாழ்வதற்காக இனிப்பாக்கியது யார்?
நம்மை வனத்திற்கு எப்போதும்
அழைத்துச் செல்வது யார் சுத்தம்?
எங்களைப் புதுமைக்குள்
அழைத்துச் செல்ல உதவுகிறாய்
அன்பான தாய் தன் சேய்க்கு
உதவுவது போல்
உண்மையைத் தாங்குகிறாய்
அதுவோ எப்போதும்
அருவருக்க வைக்கவில்லை

எந்தவொரு மனிதனையும்
உன் சேவையின் புனித ஓடை
சுத்தமானதாகத் தேங்கி நிற்கிறது
அசுத்தத்தை அறவே அப்புறப்படுத்தி ...
முன்னொரு நாள்
வெள்ளமெனப் பாய்ந்த நஞ்சையருந்தி
சிவபெருமானோ இவ்வுலகைக் காத்தார்
உங்களில் ஒவ்வொருவரும் அதே
தெய்வீக சகிப்புத் தன்மையோடல்லவோ
எங்களை அழுக்கிலிருந்து பாதுகாக்கிறீர்
வா என் நண்பனே
வா என் நாயகனே
அசிங்கத்தின் அடையாளத்தைப்
பொறுத்துக்கொண்டு
மக்களுக்காகச் சேவை செய்ய
துணிவை எங்களுக்குத் தா![129]

காந்தியின் ஹரிஜன் இதழில் வெளியான தாகூரின் இந்தப் பாடல் சேவையைப் பற்றியும் சுத்தத்தைப் பற்றியும், செய்ய வேண்டிய கடமையைப் பற்றியும் பேசி ஜாதியமைப்பில் இருக்கின்ற இடத்திலேயே தலித்துகளைத் தக்கவைக்க முயற்சிக்கின்றது. ஆனால் அதற்கு நேர் எதிராக இயற்றப்பட்ட அம்பேத்கரின் இயக்கப் பாடல்களை உற்று நோக்குவோம்.

1
ஒன்றிணைவோம்

நம்முடைய துணிவாலே
விடுவிக்கப்பட்டோம்
அச்சுறுத்தப்பட்டாலும் அமைதியாய்
ஓயமாட்டோம்
அநீதியின் அடிமைத்தன கட்டுகளைத்
தகர்த்தெறிவோம்
நம் உண்மையான வலிமையை இவ்வுலகிற்கு
உணர்த்திடுவோம்
பட்டினியில் தள்ளப்பட்டாலும் சுயமரியாதையை
உயர்த்திப் பிடிப்போம்.
நீதி அமைதியின் வழிகளில் அநீதியை
அகற்றிடுவோம்
ஏழைகளாயினும் கண்ணியத்தோடு
வாழ்ந்திடுவோம்
நம் மானுட உரிமைகளைப் போராடிப்
பெற்றிடுவோம்
உதவியற்று வறியவராய் கைவிடப்பட்டாலும்
விடுதலை பெறுவோம்
நாம் துணிவோடு ஒன்றிணைவோம்.[130]

2

இக்கணமே . . . .

விடுதலை விரும்பும் இளைஞர்களே ...
விட்டுவிடுங்கள் சோம்பலை இக்கணமே
அடிமைத்தனத்தின் தளைகளை உடைத்தெறியுங்கள்
அல்லும் பகலும் அயராது உழைத்திடுங்கள்
போர்க்களத்தில் மிளிரட்டும் சுயமரியாதையின் உன்னத ஒளி
கைகளில் வெட்டரிவாளுடன்
பெருமைமிகு வீரர்களாகவும், பிரபுக்களாகவும் மாறுங்கள்
புழுதியில் வாழ்க்கையைப் புதைத்துக்கொள்ளப் போகிறீர்களா?
குரல் கொடுங்கள் இக்கணமே விடுதலைப் பேராட்டத்திற்கு
ஏற்றுக்கொள்வோம் முடிவு எதுவரினும்
ஒரே சிந்தனையில் ஒன்றாகப் போராடினால்
உலகில் வருவது புரட்சி
யார் வருவார் உங்களின் வழியில்
துணிவோடு எதிர்த்து நிற்க
நம் முன்னோர்கள் பெரும் துணிவுக்காரர்கள்
பாரதப் போரில் அவர்கள் வெற்றியே கண்டார்கள்
....

இருக்க வேண்டாம் யாருக்கும் அடிமையாக
பெருமிதம் கொள்வோம் பெறும் விடுதலையின் மீது
அர்ப்பணியுங்கள் ஆயுசு நாட்களை உண்மையின் பணிக்காய்
வெளியேற்றுங்கள் சமத்துவமின்மையெனும்
அழுக்கை இந்நாட்டை விட்டு...[131]
....

3

பயிர்களை அறுவடை செய்யுங்கள் ஆனால்
தானியத்தின் ஒரு துளியையும்
ஒட்டுண்ணிகளுக்குத் தராதேயுங்கள்
வளங்களைத் தோண்டியெடுங்கள் அதிலிருந்து
ஒரு சிறு துண்டையும்
திருடர்களுக்குத் தராதேயுங்கள்
ஆடைகளை நெய்யுங்கள்
ஆனால் பழைய துணியைக் கூடச்
சோம்பேறிகளுக்குத் தராதேயுங்கள்
ஆயுதங்களை உருவாக்குங்கள்
தற்காப்பிற்காகக் கரங்களில் ஏந்துங்கள்
விவசாயிகளுக்கும் தொழிலாளர்களுக்கும் வெற்றியே
செங்கொடி பல்லாண்டு வாழியவே ...[132]

இவ்வாறான அம்பேத்கரின் பாடல்கள் கண்ணியத்தையும் சுயமரியாதையையும் பேசிக் கலக உணர்வைத் தூண்டியது எனலாம்.

தொழிலாளர்களின் மீதான அக்கறை

மாராத்தாக்களுக்குச் சொந்தமான துணிகள் உற்பத்தி செய்யும் தொழிற்சாலைகளில் மகர்களையும் சாம்பார்களையும் தீட்டு என்னும் காரணத்தைக் கூறி அவர்களை அனுமதிக்காமல் விலக்கி வைத்தனர். ஆனால் இஸ்லாமியர்கள் அனுமதிக்கப் படுவதை அம்பேத்கர் தன்னுடைய பகிஷ்கிருத் பாரத் பத்திரிகையில் கேள்விக்குட்படுத்தினார். மேலும் இந்தப் பிரச்சினையில் இடதுசாரி தொழிலாளர் அமைப்புகளும் அதன் தலைவர்களும் அமைதி காப்பதையும் கண்டனம் செய்தார். இந்தப் பிரச்சினைக்குத் தீர்வு காண்பதற்குத் துணி களை உற்பத்தி செய்யும் துறையில் வேலை செய்வதற்கு யாரெல்லாம் விருப்பம் கொண்டிருக்கிறார்களோ அவர்கள் தாமோதர் ஹாலில் உள்ள நம்முடைய தொழிலாளர் கூடத்தில் பெயரைப் பதிவு செய்யுங்கள் என்று அந்தத் தொழிலாளர்களுக்குப் பயிற்சியுடன் கூடிய வேலையைப் பற்றிச் சிந்தித்து செயல்பட்டார்.

கம்யூனிஸ்ட் கட்சியின் வேலைத் திட்டத்தினுடைய போதாமைகள் தலித்துகளுடைய பிரச்சினைகளைத் தீர்க்க வில்லை; ஜாதிக்கு எதிரான எந்த ஒரு வேலைத் திட்டமும் அவர்களிடத்தில் இல்லை என்பதே அம்பேத்கருடைய விமர்சனமாக இருந்தது. ஜாதிய பாகுபாடுகளும் தீண்டாமை யும் தொழிற்சங்கங்களிடத்திலேயே இருக்கின்றன. எனவே தான் தலித்துகளைத் துணி நெய்யும் தொழிற்சாலைகளில் அனுமதிப்பதில்லை. ஆனால் கம்யூனிசம் என்னும் கோட்பாட் டிற்கு ஜாதியும் தீண்டாமையும் ஏற்க கூடிய கருத்து அல்ல என்றும் மதிப்பிட்டார்.

கம்யூனிஸ்ட் புரட்சியை இந்த நாட்டில் கொண்டு வந்து விட்டதாக நினைத்துக்கொண்டால் அது பெருமளவில் மக்களுக்குப் பயனுடையதாக இருக்குமா என்னும் கேள்வியை எழுப்புகிறார். நிலம் சமுதாயத்திற்கு உரியது என்னும் கருத்தை எளிதாக இந்தியாவில் நடைமுறைப்படுத்த முடியுமா? ரஷ்யாவிலும் இது முழுமையாக சாத்தியப்படவில்லை. முதலில் கட்டுவோம் பிறகு அடிக்கட்டுமானத்தைப் பார்த்துக் கொள்ளுவோம் என்பதைப் போன்றது கம்யூனிஸ்ட்டுகள் இயக்கம் என்று ஜாதிய ஒழிப்பின் நோக்கில் அவர்களை பற்றிய விமர்சனத்தையும் தன் பத்திரிகைகளில் வெளிப்படுத்தினார். மேலும் ரஷ்யாவில் ஜார் ஆட்சி என்னும் மாபெரும் மரத்தை வேரோடு பிடுங்கி எறிய கம்யூனிசத்தால் முடிந்தது. ஆனால் பிராமணியம் மூர்க்கமான தாக்குதலுக்குப் பிறகும் வாழ்ந்துகொண்டிருக்கிறது. இந்தியாவில் பிராமணியம் என்னும்

மரம் அதன் வேரோடு அப்படியே இருந்து கொண்டிருக்கிறது எனக் கம்யூனிஸ்டுகள் செய்யத் தவறிய அடிப்படையான பணியைச் சுட்டிக் காட்டினார்.[133]

தொழிற்சாலைகள் தேசியமயமாக்கப்பட வேண்டும் என்கிற கோரிக்கையை ஆங்கிலேய அரசாங்கத்திடம் அம்பேத்கர் பின்னாளில் முன்வைத்தாலும் 1928லேயே தம் மக்களிடத்தில் இந்தக் கருத்தைக்கொண்டு சேர்த்திருக்கிறார் எனலாம். இரயில்வே, கப்பல், விமானப் போக்குவரத்து சேவைகளும் தேசியமயமாக்கப்பட வேண்டும் என்றார். மேலும் தொழிலாளர்களை நியமனம் செய்யும் போதும் ஏதோ ஒரு காரணத்திற்கான அவர்களை வேலையிலிருந்து நீக்கும் போதும் தொழிற்கூடங்களின் நிர்வாகப் பொறுப்பில் தொழிலாளர்கள் இடம் பெறுகின்ற உரிமை வேண்டும் என்றார். அதாவது தொழிலாளர் நியமனம் நீக்கம் இவ்வாறான முக்கிய வாழ்வாதார பிரச்சினைகளில் தாங்கள் உரிமையற்றவர்களாக நிர்வாகத்தின் முடிவுகளுக்குக் கட்டுப்பட்டு இயங்க வேண்டிய சூழலுக்குள் தள்ளப்படுவார்கள். இந்த நிலைமையை மாற்றுவதற்குத் தொழிலாளர்களுடைய பிரதிநிதியும் இடம்பெறும்போது முதலாளி – தொழிலாளிகளுக்கிடையிலான சிக்கல்களையும் முரணையும் தீர்க்க முடியும் என்கிற எதிர்நோக்கில் அம்பேத்கர் இந்த ஆலோசனைகளை வழங்கியிருக்கலாம். தொழிற்கூடத்தின் இலாபத்தில் தொழிலாளர்களுக்கு உரிய பங்கு தரப்பட வேண்டும் என்கிற புதிய கோரிக்கையையும் முன்வைக்கிறார். எட்டு மணி நேர வேலையைக் கட்டாயமாக்க வேண்டுமெனவும், வேலையற்ற வயதானவர்களுக்கு அரசாங்கம் உதவித்தொகை வழங்கவேண்டும் என்கிற அம்பேத்கரின் வாதம் தொழிலாளர்களைப் பெரும்பான்மையாகக் கொண்டிருந்த அவருடைய இயக்கத்திற்கு வலுசேர்ப்பதாக அமைந்திருக்கும். தொழிலாளர்களை மட்டுமல்லாது பண்ணை முதலாளிகளிடம் ஆண்டாண்டு காலமாக அடிமைகளாக ஊதியமற்று வேலை செய்யும் பண்ணைத் தொழிலாளர்களையும் விடுவிக்க வேண்டும்.[134] அதற்காகப் பண்ணை முதலாளிகளுக்கு அரசாங்கம் ஈட்டுத் தொகையைத் தர வேண்டும் என்கிறார். வட்டிக் கொடுமையினால் துன்புறுகிற விவசாயிகளுக்கும் வட்டித் தொகையை அரசு வழங்கி விவசாயிகளை விடுவிக்க வேண்டும் என்கிறார்.

பிராமண மாநாடு

காசியில் நடைபெற்ற அகில இந்திய பிராமண மாநாட்டைப் பற்றிய செய்தியை வெளியிட்டு அங்குக் கேட்கப்பட்ட

கேள்விகளையும் அதற்கு ஹிந்து பண்டிதர்கள் அளித்த பதில்களையும் பகிஷ்கிரத் பாரத் பத்திரிகை வெளியிட்டது. அதிலிருந்து முக்கியமான சிலவற்றைக் காண்போம்.

1. பிராமண உட்ஜாதிகளுக்கிடையில் திருமணம் செய்து கொள்வதை சாஸ்திரங்கள் அனுமதிக்கிறதா?

   அவ்வாறு செய்வது தவறானதாகும்.

2. சாஸ்திர விதிகளின்படி விதவைகள் மறுமணம் செய்து கொள்வதும் விவாகரத்து பெற்றுக்கொள்வதும் முறையானதா? முறையற்றதா?

   விதவைகள் மறுமணம் செய்துகொள்வதற்கும் விவாகரத்து பெற்றுக்கொள்வதற்கும் அனுமதியளிக்கப்பட வில்லை.

3. தீண்டாமை ஜாதிகளின் அடிப்படையில் பிறப்பு வழியாக வந்ததா? மனிதர்களால் உண்டாக்கப்பட்டதா?

   தங்களுடைய கர்மவினைகளினாலே அவர்கள் தீண்டப் படாதவர்களானார்கள்.

4. தீண்டாமையைப் பொதுக் கூடுகைகளில், பொதுக்குளம், கிணறு, கோயில்களில் கடைப்பிடிப்பது முறையானதா? முறையற்றதா? அது முறையானது என்றால் எந்த வழிகளில் கடைப்பிடிக்க வேண்டும்?

   சாஸ்திரங்களில் விளக்கப்பட்டிருப்பதன் அடிப்படையில் ஏற்றுக்கொள்ள வேண்டும்.

ஜாதி ஹிந்துக்களின் மனநிலையை இந்தக் கூட்டத்தில் பேசப்பட்ட செய்திகள் வெளிப்படுத்தினாலும் மகத் குள நீரெடுப்புப் போராட்டத்தின் போதும் பல்வேறு வன்கொடுமைகள் நடந்தபோதும் வன்முறையை அல்லது எதிர் தாக்குதலை தலித்துகள் முன்னெடுக்கலாம் என்பதை எந்தச் சூழ்நிலை யிலும் முன்மொழிந்ததாக அறிய முடியவில்லை. சட்டத்தின் வழியாகவே ஒடுக்கப்பட்ட மக்களுக்குத் தீர்வு கிடைக்க வேண்டும் என்பதில் உறுதியாக இருந்தார்.

மத்திய பிரதேச மாநிலத்திலுள்ள மேஹ்வால் என்னும் தீண்டப்படாத ஜாதியைச் சார்ந்தவர்கள் செப்பு நகைகள்தான் அணிய வேண்டும், வேறு நகைகைள் அணியக் கூடாது என்று ஜாதி ஹிந்துக்கள் தடை விதித்திருந்தனர். ஆனால் பொருளாதாரத்தில் மேம்பட்ட சில குடும்பங்கள் வெள்ளி நகைகளை அணியத்தொடங்கினர். இது ஜாதி ஹிந்துக்களைக் கோபப்படுத்தியது. ‘இது தங்களுக்கு ஏற்பட்ட அவமானம்’ என்று

சொல்லத் தொடங்கினர். 'தீண்டப்படாதவர்கள் மூர்க்கத்தனமாகி விட்டனர்' என்றும் கூச்சலிட்டு அவர்களைத் துன்புறுத்தினர். இதே போன்றே தூய்மையான ஆடை அணிந்ததற்காகவும் தாக்கப்பட்டார்கள். இம்மாதிரியான வன்கொடுமைகள் நடக்கும் போதெல்லாமல் அம்பேத்கர் இந்திய தண்டனைச் சட்டம் ஜாதி ஹிந்துக்களைத் தண்டிக்க வேண்டும் என்றே ஆலோசனை வழங்கினார்.

மறுப்புச் செய்திகள்

பாலா என்கிற மராத்திப் பத்திரிகை அம்பேத்கருடைய ஜாதி ஒழிப்பிற்கான செயற்பாடுகளையும் ஒடுக்கப்பட்ட மக்களை ஒன்றிணைக்கிற வேலைகளுக்கும் எதிராகத் தன்னுடைய பத்திரிகையில் தொடர்ந்து விமர்சனம் செய்து வந்தது. அம்பேத்கரும் பாலா போன்ற பிற பத்திரிகைகளுக்கும் தன்னுடைய மறுப்பையும் இயக்கத்தின் நிலைப்பாட்டையும் அவ்வப்போது தெளிவுபடுத்திக்கொண்டே வந்தார். இந்த மறுப்புக் கட்டுரைகள் அம்பேத்கருடைய பத்திரிகையின் ஒரு நிரந்தர பகுதியாகவே இருந்தது எனலாம். அம்பேத்கரின் இயக்கத்திற்கு பாலா பத்திரிகையின் ஆலோசனைகளில் ஒன்று ஜாதியப் பிரச்சினையில் 'மெதுவாக மனமாற்றம்' கொண்டு வரும் வழிமுறைகளை மேற்கொள்ள வேண்டும் என்பதும் ஜாதி ஹிந்துக்களுடைய உணர்வுகளைக் காயப்படுத்தக் கூடாது என்பதும் ஆகும். காந்தியினுடைய ஆலோசனையும் அம்பேத்கருடைய கோயில் நுழைவு போராட்டங்களுக்கு அப்படித்தான் இருந்தது என்பதை நாம் இங்கே நினைவுபடுத்திக் கொள்ளலாம். அதற்குப் பதில் அளித்த அம்பேத்கர் 'எங்கள் மீது அக்கறை கொண்டிருப்பவர்களின் உதவிகளை எங்களுடைய வளர்ச்சிக்காக எதிர்பார்க்கிறோம். ஆனால் எங்களை ஹிந்து என்றும் ஜாதி என்றும் கூறி அதன் சட்டகத்திற்குள் வைக்க விரும்புகிற உதவிகள் வேண்டாம். எங்களுடைய உரிமைகளைப் பற்றிக் கவலைப்படாமல் எங்களுக்கு ஹிந்து மதச்சாயம் பூசுகிற வேலை செய்பவர்களே தலித் சமூகத்தின் உண்மையான எதிரிகளாவர்.' என்று பாலா போன்ற ஜாதி ஹிந்து பத்திரிகை களின் நோக்கம் ஹிந்துக்களாக வைத்திருப்பதை தன்னுடைய பத்திரிகையின் வழியாக அம்பலப்படுத்தினார்.

மகத் குள நீரெடுப்புப் போராட்டத்தின் போதும் பாலா பத்திரிகை வீரேசுவரர் கோயிலில் தலித்துகள் நுழைவதற்குத் திட்டமிட்டிருக்கிறார்கள் என்கிற புரளியை ஜாதி ஹிந்துக் களிடம் பரப்பியது. கோயில் நுழைவு குறித்த தன்னுடைய நிலைப்பாட்டை 1935ஆம் ஆண்டு இயலோ மதமாற்ற

அறிவிப்பிற்குப் பிறகு 'அதில் பயன் ஏதுமில்லை' என்று வெளிப்படையாக டாக்டர் அம்பேத்கர் குறிப்பிடுவதற்கு முன்பே பாலா பத்திரிகைக்கு மறுப்பு தெரிவித்த நேரத்தில் மிக முக்கியமானதொரு கருத்தை வெளியிட்டார்.

'கோயிலுக்குள் நுழைவதும் கடவுளை வழிபடுவதும் எங்களுடைய இயல்பான உரிமை. எங்களுக்குத் தனிக் கோயில்கள் தேவையில்லை. எங்களுக்குத் தேவையெனில் நாங்களே அதைக் கட்டிக்கொள்வோம். அதற்கு மேல் ஜாதியினரின் அறிவுரைகள் தேவையில்லை. எங்களுக்குச் சமூகத்தில் சமமான உரிமைகளே வேண்டும். ஹிந்து மதத்தில் இருந்து கொண்டே போராடி அந்த உரிமைகளைப் பெறுவதற்கு முயற்சிப்போம். தேவைப்படும் எனில் ஹிந்து மதத்தை உதறித் தள்ளி எங்களுடைய உரிமைகளை எப்படியாயினும் பெற்றுக்கொள்வோம்.'

சைமன் குழுவிற்கு முன்பாகத் தங்களுடைய இயக்கம் சார்பான கோரிக்கையை அம்பேத்கர் முன்வைக்கும் போதும் 'தீண்டப்படாதவர்கள் ஹிந்துக்களுடன் இணைக்கப்படக் கூடாது. அவர்கள் தனித்த மக்களினமாகக் கருதப்பட வேண்டும்' என்கிற அழுத்தத்தை வெளிப்படையாகத் தெரிவித்தார்.[135] தலித்துகள் ஹிந்துக்களே என்று உரிமை கோருகிற ஜாதி ஹிந்துக்களையும் விமர்சனம் செய்தார். ஹிந்து மதத்தோடு தொடர்புடைய ஒரு வாழ்க்கையை வாழ்தல் என்பது நரகத்தில் வாழுகின்ற வாழ்க்கையைப் போன்றதாகும். அது ஹிந்து சமூக அமைப்பைப் பலவீனமாக்குகிறது எனவும், ஒரு மனிதன் தன்னைப் பிறரிடமிருந்து தனிமைப்படுத்திக் கொள்ளும்போது அந்த மனிதருடைய ஜாதி புனிதமானதாக இருக்கும். இரயிலில் பயணம் செய்யாமல், வெளிநாடுகளுக்குச் செல்லாமல் ஒரு திருடனைப் போலத் தன்னை வீட்டிற்குள் அடைத்துக்கொண்டிருப்பவன் ஜாதியால் புனிதமானவராகக் கருதப்படுவார்' என ஒதுங்கிக்கொள்ளுதலின் வழியாக ஜாதி எவ்வாறு வளர்கிறது, ஒதுக்குதலை எப்படி ஜாதி ஆதரிக்கிறது என அதன் கொடூரமான முகத்தையும் தன்னுடைய பத்திரிகை களில் அம்பலப்படுத்தினார்.

'எங்களை ஹிந்து மதத்தை விட்டு வெளியேறக் கூடாது என்பவர்களுக்கும் அவர்களுக்கும் (தலித்துகள்) இடையில் என்ன உறவு இருக்கிறது. எந்த உறவும் இல்லை.

உங்களிடமிருந்து சமூக அளவில் வேறுபட்ட மக்களிடம் ஏன் அரசியல் ரீதியாக வேறுபடுவதை எதிர்க்கிறீர்கள்?..

நாங்கள் உங்களுடையவர்கள் என்றால் இந்த நாள் வரை எங்களுக்காக நீங்கள் செய்தது என்ன?'

என்று பாலா பத்திரிகைக்குப் பதில் சொல்வதில் மட்டுமல்லாது ஜாதி, கடவுள், கோயில், சடங்குகள் பற்றிய விமர்சனங்களைத் தொடர்ந்து அம்பேத்கரின் பத்திரிகைகள் வெளியிட்டு வந்தன.

> 'உங்கள் கழுத்தில் துளசிமணி மாலை தொங்குவதால் கடன்காரர்களின் பிடியிருந்து தப்பிவிட மாட்டீர்கள். ராம பக்திப் பாடல்களைப் பாடுவதால் உங்கள் வீட்டு வாடகை குறைந்து விடாது. ஆண்டுதோறும் பந்தர்ப்பூருக்குப் புனித பயணம் செல்லுவதால் ஒவ்வொரு மாதமும் உங்களுக்குச் சம்பளம் கிடைத்துவிடாது'[136]

> 'கோயில் நுழைவு நோக்கம் நல்லதுதான். ஆனால், ஆன்மீக நலனைவிடப் பொருளியல் நலன்களில் மிகுந்த அக்கறை செலுத்த வேண்டும். பொருளியல் முன்னேற்றம் அடைய தொடர்ந்து போராட வேண்டும்'[137]

என்று பார்வதி, கலாராம் கோயில் நுழைவிற்குப் பிறகு கோயில் நுழைவு குறித்த விசயங்களில் அம்பேத்கர் ஆர்வம் செலுத்தவில்லை. மக்களையும் வேறு வகைகளில் திசை திருப்பினார்.[138] பிராமணர்கள் மாட்டுக் கறியை உண்டார்கள், தீண்டாமையின் பிறப்பிடம் எது? போன்ற குறுங்கட்டுரைகள் ஹிந்து மதத்தின் தத்துவம், தீண்டாமை எப்போது தோன்றியது போன்ற பின்னாளில் அவர் செய்து முடித்த பெரும் ஆய்வுரைகளுக்கும் அம்பேத்கருடைய பத்திரிகைகள் முன்னுரையாகவும் முன்னோட்டமாகவும் அமைந்தது எனலாம். பிராமணர்கள் மாட்டுக்கறியைச் சாப்பிட்டவர்கள் என்பதை ஆய்வுப்பூர்வமாக 1948ஆம் ஆண்டு தன்னுடைய தீண்டப்படாதவர்கள் யார்? அவர்கள் எவ்வாறு தீண்டப்படாதவர்கள் ஆயினர்? என்னும் நூலில் அம்பேத்கர் நிரூபணம் செய்தார். ஆனால் வேதங்களிலுள்ள ஆதாரங்கள், கோட்பாடுகளின் அடிப்படையில் கட்டுரையாக வெளியிடுவதற்கு முன்பாகவே அன்றைய காலகட்டத்திலுள்ள நடைமுறை சான்றுகள் வழியாக மெய்ப்பித்தார்.

பிராமணர்களை, மருத்துவர்கள் அசைவ உணவுகளைச் சாப்பிடுவதற்குப் பரிந்துரை செய்தபோது அவர்களுக்குப் பிராமணர்களே சமைத்த அசைவு உணவுகள் கிடைப்பதற்கு வழி இல்லாமல் இருந்தது. அதற்காகப் பூனாவில் சில பிராமணர்கள் அசைவ உணவு விடுதி தொடங்கியதையும் அந்தக் கடையில் மது பானங்களும் விற்பனை செய்யப்படுவதையும் செய்தியாக அன்றைய 'பாம்பே டைம்ஸ்' பத்திரிகை வெளியிட்டதைக் குறிப்பிட்டு ' உயிர் வாழ வேண்டுமானால்

பிராமணர்கள் மாட்டுக் கறியைச் சாப்பிடவும் தயங்கமாட்டார்கள்' என்று அவர்களுடைய போலி ஆன்மீக முகத்திற்குச் சான்றாக குறிப்பிட்டார். மேலும் 'பிராமணர்கள் தாங்கள் சுத்தமான சைவர்கள் என்று நடிப்பார்கள், ஆனால் ரகசியமாக அசைவம் சாப்பிடுவார்கள்'. பிராமணர்களால் பிராமணர்களுக்காக நடத்தப்படும் இத்தகைய உணவு விடுதிகள் சமூகத்திலுள்ள 'போலியான பிராமணர்களின் எண்ணிக்கையைக் குறைக்கும். எனவே நாம் அந்தக் கடையின் உரிமையாளருக்கு நன்றி செலுத்த வேண்டும் எனவும் கேலி செய்தார். பிராமணர்கள் வரலாற்றில் எப்படியெல்லாம் வாழ்ந்தார்கள் என்பதைப் பற்றிய தகவல்களையும் வெளியிட்டு அவர்களைப் பற்றிய 'தெய்வீக' பிம்பங்களைக் கட்டுடைப்பு செய்தார்.

> 'பெஷவாக்கள் ஆட்சிக்கு வருவதற்கு முன்பாக பிராமணர்கள் மோசமான நிலைமையிலேயே இருந்தார்கள். பெஷவாக்கள் அதிகாரத்திற்கு வந்ததற்குப் பிறகே பிராமணர்கள் அதிகாரமிக்கவர்களாகவும், முக்கியப் பொறுப்புகளிலும் இடம் பெற்றார்கள். அரசாங்கத்தின் பதவிகளிலிருந்து அவர்களை நீக்கி விட்டால் அவர்களால் அதிகாரமிக்கவர்களாக இருக்க முடியுமா? மற்ற மாகாணங்களில் உள்ள பிராமணர்களுக்கு அவ்விதமான மதிப்பு இல்லை. பஞ்சாப் மற்றும் ஐக்கிய மாகாணங்களில் வசிக்கும் பிராமணர்கள் உண்மையில் மகர்களையும் மாங்குகளையும் போலச் சமைத்த உணவிற்காகப் பிச்சை எடுத்துக்கொண்டிருந்தார்கள். நாமும் விடாப்பிடியான தொடர் செயல்பாடுகளின் மூலம் அதிகாரத்தைக் கைப்பற்ற வேண்டும்'.[139] என்றார்.

ஹிந்துத்துவம்

ஹிந்துத்துவ கொள்கைகளை அடிப்படையாகக் கொண்ட பாரதிய ஜனதா கட்சி ஆட்சிக்கு வந்ததற்குப் பிறகு அம்பேத்கரை ஹிந்துவாகக் காட்டுவதற்கும் அதன் வழியாகத் தலித்துகளின் வாக்கு வங்கியைப் பெற்றுவிட வேண்டும் என்பதற்காகவும் தொடர்ந்து ஹிந்துமயமாக்கும் பணியைச் செய்து வருகிறார்கள். அம்பேத்கர் இன்றைக்கு உயிரோடு இருந்திருந்தால் பாரதிய ஜனதா கட்சியில்தான் சேர்ந்திருப்பார். ஏனென்றால் நாங்கள்தான் தலித்துகளுக்கு அதிகமாகச் செய்திருக்கிறோம் எனவும் அம்பேத்கர் இஸ்லாத்தையும், கிறிஸ்தவத்தையும் தெரிவு செய்யவில்லை அந்த மதங்களை அவர் வெறுத்தார் எனவும் அம்பேத்கரை இனிமேல் 'ராம்ஜி' என்று தான் அழைக்க வேண்டுமெனவும் அம்பேத்கருடைய சிந்தனைகள் பாரதிய

ஜனதா கட்சியின் கொள்கைகளுக்கு மிகவும் நெருக்கமானவை எனவும் பலவகைகளில் அவரைத் தன்வயப்படுத்துவதற்கான முயற்சிகளைச் செய்துகொண்டிருக்கின்றனர். ஆனால், 1929ஆம் ஆண்டிலேயே ஹிந்து மகா சபையின் செயல்பாடுகளைக் கடுமையாக அம்பேத்கர் இயக்கம் விமர்சனம் செய்ததைத் தன்னுடைய பத்திரிகையில் வெளியிட்டார்.

பம்பாயிலுள்ள மாட்டுங்கா பகுதியில் ஹிந்து மகா சபை தாஸ்நவமி என்னும் ஹிந்து பண்டிகையை தலித் குடியிருப்புகளின் பின்புறத்தில் கொண்டாடிக்கொண்டிருந்தது. ஹிந்து மகாசபையினருக்குப் பிறகு தலித் சமூகத்தைச் சேர்ந்த கேசவராவ் சக்தே பேசத் தொடங்கினார்.

'ஹிந்து மதம் என்னும் பெயரில் ஹிந்து மகாசபை தலித்துகளோடு ஒளிந்து பிடித்து விளையாடும் விளையாட்டை ஆடிக்கொண்டிருக்கிறது. மாட்டுங்காவில் பிராமண விதவைகளுக்கு மட்டும் ஒரு காப்பகத்தைத் தொடங்கியிருக்கிறது. அதில் தலித் விதவைகள் யாரும் இல்லை. வெளியில் காட்டிக்கொள்வதற்கு மட்டும் ஒன்றிரண்டு விதவைகளைச் சேர்த்திருக்கிறார்கள். டாக்டர் அம்பேத்கர் சாகிப் தலித்துகளை எழுச்சி பெறச் செய்து, அவர்களுடைய உரிமைகளை உணர்ந்துகொள்ளச் செய்திருக்கிறார். மகத்தில் போராட்டம் நடத்துவதற்கு மிகத் தெளிவான அழைப்பைத் தலித்துகளுக்கு விடுத்திருக்கிறார். சமத்துவ சபையின் மூலம் கலந்துண்ணுதலையும் கலப்பு மணத்தையும் முன்வைத்து இந்த நாட்டு மக்களுக்குச் சகோதரத்துவத்திற்கும் ஹிந்து ஒற்றுமைக்கும் வழிகாட்டியிருக்கிறார். இப்படி ஏதாவது ஹிந்து மகாசபையினர் செய்திருக்கிறார்களா? உண்மையில் ஹிந்து மகாசபை என்னும் அமைப்பு ஏமாற்றுக்காரர்கள், பாம்பாட்டிகளின் அமைப்பாகும். பேசுவது எளிது செயல்படுவது கடினம் என்று துக்காராம் கூறியிருக்கிறார்.'

என்று அம்பேத்கரின் வழியில் பதிலடி கொடுத்தார். மேலும் ஹிந்து மகாசபை தீண்டாமையை ஒழித்தல் என்பது வெறும் நிகழ்ச்சி தான் எந்தவொரு செயல்பாடும் இல்லை, அதன் நோக்கம் மத மாற்றத்தைத் தடுப்பதே என்றார்.

பௌத்தம் மற்றும் மதமாற்றம்

பௌத்தம் நோக்கிய அம்பேத்கரின் முதல் நகர்வை சரியாக நம்மால் கணிக்க முடியாவிட்டாலும் 1935இல் இயலோவில் நடைபெற்ற மாநாட்டில் அம்பேத்கரின் நேரடியான

அறிவிப்பையே பொதுவாக ஏற்க வேண்டியதாகயிருந்தது. ஆனால், 1920களிலேயே ஹிந்து மதத்தை விட்டு வெளியேறும் எண்ணம் அவருக்கு இருந்தது என்பதைப் பற்றிய குறிப்புகள் நமக்கு அவருடைய பத்திரிகைகளின் வழியாகக் கிடைக்கின்றன. மதமாற்றம் குறித்த ஒரு உரையாடலை ஒரு இயக்கமாக கட்டமைப்பதற்குத் தன்னுடைய பத்திரிகைகளின் மூலம் அம்பேத்கர் தன் மக்களிடத்தில் தொடங்கி வைத்தார் எனலாம்.[140] மதமாற்ற அறிவிப்பினை 1935ஆம் ஆண்டு அம்பேத்கர் வெளிப்படையாக அறிவித்தபோது அதைப் பற்றிய செய்திகள் ஜனதா பத்திரிகையில் வெளியானது. அப்போது என்ன முடிவினை எடுக்கலாம் என்கிற விவாதங்கள் கிராமங்களில் நடந்ததாக வசந்த்மூன் குறிப்பிடுகிறார்.[141] மதமாற்றம் குறித்த பல கட்டுரைகள், எந்த மதம் என்பதைக் குறிப்பிட்டு மக்களிடம் முன்வைக்காமல் இருந்தாலும்கூட ஹிந்து மத வெளியேற்றம் என்பதைக் குறித்து வெவ்வேறு சூழ்நிலைகளில், மாநாடுகளில் பேசிய செய்திகள் தொடர்ந்து அவரது பத்திரிகைகளில் வெளியாகிக் கொண்டேயிருந்தது.

1924ஆம் ஆண்டு ஷோலாப்பூர் மாவட்டம், பார்ஷி என்னும் ஊரில் நடைபெற்ற ஒடுக்கப்பட்டோர் மாநாட்டில் உரையாற்றும்போது 'பகுத்தறிவும், நடைமுறைத்தன்மையும் கொண்ட ஒரு மதத்தையே நாம் மதமாற்றம் செய்யப் போவதற்கு உரிய மதமாகக் கண்டறிய வேண்டும்'[142] என்கிறார். 'மகிழ்ச்சியான வாழ்க்கையை வாழ்வதற்கு ஹிந்துக்கள் தீண்டப்படாதவர்களை அனுமதிக்காவிட்டால் அவர்களுடைய மதத்தை மாற்றிக்கொள்ள வேண்டும்.இதைத் தவிர வேறு எதைத் தீண்டப்படாதவர்களுக்கு ஆலோசனையாகத் தர முடியும்' என 1927லேயே பகிஷ்கிருத் பாரத் பத்திரிகையில் எழுதினார். மகத் போராட்டத்தின்போது கோயில் நுழைவு பற்றிய விவாதம் எழுந்தபோது 'தனியாக கோயில் வேண்டும் என்று விரும்பு கிறவர்கள் கோயிலைக் கட்டிக் கொள்ளட்டும். ஆனால் அதற்காக 'உயர்ஜாதி' மக்களின் எந்த ஒரு ஆலோசனையும் தேவையில்லை. இந்தச் சமுதாயத்தில் நாம் சம உரிமைகளைப் பெற விரும்புகிறோம். நம்முடைய போராட்டத்தின் மூலமாக ஹிந்து மதத்தில் இருந்து கொண்டே அதைப் பெற்றுக்கொள்வோம். தேவைப்பட்டால் ஹிந்து மதத்தை உதறித் தள்ளுவோம்.'[143] இதுதான் தீர்வாகயிருக்க முடியும் என்றும் தொடக்கத்திலேயே தம் மக்களை அது பற்றிச் சிந்திக்க வைக்கிறார்.

'ஹிந்து மதம் ஒரு சாபம்', 'ஹிந்து மதம் ஒரு பாவம்'

'ஹிந்து மதத்திற்கு அடைக்கலம் தருவது மனித இனத்தின் மீதான பேரழிவை ஏற்படுத்தும். ஹிந்து மதத்தோடு

வாழ்க்கையை நடத்துவது நரகத்திற்கு வழிகாட்டும் வாழ்வைப் போன்றது. எனவே தீண்டப்படாதோரின் பிரதிநிதிகள் அதிலிருந்து விடுபட முடிவு செய்திருக்கிறோம்'

என்று 1928இல் குறிப்பிட்டு பேசினார். அதே ஆண்டில் கலாம்பி தாலுக்காவில் நடைபெற்ற மாநாட்டில்,

'தீண்டப்படாதவர்களை அடிமைத்தனத்திலிருந்து விடுதலையாக்குவதற்குத் தீண்டப்படாதவர்கள் ஹிந்துக்களிடமிருந்து வேறுபட்ட தனித்த மக்களாக நடத்தப்பட வேண்டும்'[144]

என்றவொரு தனியான தீர்மானமே எடுக்கப்பட்டு அது செய்தித்தாள்களிலும் வெளியானது. ஜலகானில் 5000 மகர்கள் மதம் மாறுவதற்கு முடிவெடுத்தபோது இஸ்லாமிற்கு மதம் மாற அம்பேத்கர் ஆலோசனைகளைத் தந்தார்.

சிந்தனைகளைப் பரிமாறிக் கொள்ளுதல் என்னும் தலைப்பில் பிரபாகர் உபாலே என்பவர் கிறிஸ்து பிறப்பின் செய்தி என்னும் தலைப்பில் கிறிஸ்தவத்திற்கு மதம் மாற வேண்டியதன் தேவையைக் குறித்து ஒரு கட்டுரை எழுதுவதற்குத் தன்னுடைய பத்திரிகையில் அம்பேத்கர் இடமளித்தார். அந்தக் கட்டுரையில்,

'ஆங்கிலேய ஆட்சியில்தான் நீங்கள் முன்னேற்றமடைந்தீர்கள். எனவே அவர்களுடைய மதத்தைப் பற்றி நீங்கள் சிந்திக்க வேண்டும். கடவுளுக்கும் மனிதர்களுக்கும் இடையில் கிறிஸ்து ஒரு இடையீட்டளாராக இருக்கிறார். பாவமானவர்களை விடுவிக்கவே அவர் இங்கு வந்ததாகவும் சொர்க்கத்திற்குப் போவதற்குக் கிறிஸ்துவே வழியாக இருக்கிறார்' எனவும் எழுதினார்.

அதற்குப் பதில் அளித்த அம்பேத்கர், கட்டுரையாளர் பிரபாகர் உபாலே 'மதத்திற்கே முன்னுரிமை அளிக்கிறார். உரிமைகளைக் குறித்து அல்ல. தீண்டப்படாதவர்களின் போராட்டம் சமூக உரிமைகளைப் பெற்றுக்கொள்வதுதான். பாவத்திலிருந்து விடுவித்துக் கொள்வதோ, கடவுளை அறிவதோ அல்ல. தீண்டாமையும், தீண்டப்படாதவர்களும் பாவத்தின் விளைவு அல்ல. ஆக்கிரமிப்பாளர்கள் அவர்கள் மீது செலுத்திய அடிமை முறையே அது. சமூக சமய சமத்துவமின்மையை நம்புகிற பிராமணியத்தை அழிப்பதே தலித்துகளின் நோக்கம். கிறிஸ்தவ மதத்திற்கு மாறுவதினால் மாத்திரம் அது நடைபெறாது' என்று பதிலளித்தார். இஸ்லாமிற்கு மதம் மாறுவதற்கு இசைந்த அம்பேத்கர் கிறிஸ்தவத்திற்கு மதம் மாறுவதற்குத்

தம் மக்களை அனுமதிக்கவில்லை என்பதையும் அவருடைய எழுத்துக்களின் வழியாக அறிந்துகொள்ளலாம்.

மதமாற்ற அறிவிப்பிற்குப் பிறகு அதன் அவசியத்தை அறிந்துகொள்ள அம்பேத்கரிடத்தில் ஒரு நேர்காணல் நடத்தப் பட்டதையும் பகிஷ்கிருத் பாரத் பத்திரிகை செய்தியாக வெளியிட்டது. அந்த உரையாடல் சுவாரசியமானதாகவும் மிகுந்த அரசியல் தன்மையுடனும் எளிமையான சொற்களினால் விளங்கச் செய்வதாக அமைந்திருந்தது.

> **செய்தியாளர்:** 'மதத்தை மாற்றிக்கொள்வதன் மூலம் தீண்டப்படாதவர்கள் எதனைப் பெற்றுக்கொள்வார்கள்?'
>
> **டாக்டர் அம்பேத்கர்:** 'சுயராஜ்ஜியத்தினால் இந்தியா எதைப் பெற்றுக்கொள்ளப் போகிறது? இந்தியாவிற்குச் சுயராஜ்ஜியம் எந்தளவு அவசியமானதோ அதனைப் போன்றே மதம் மாறுவதும் தீண்டப்படாதவர்களுக்கு அவசியமானது. இந்த இரண்டு இயக்கங்களின் நோக்கமும் விடுதலையே'.

இயலோ அறிவிப்பிற்குப் பிறகு 1936ஆம் ஆண்டு பம்பாயில் நடைபெற்ற மதமாற்றம் குறித்த மாநாட்டில் பேசிய அம்பேத்கருடைய முழு உரையையும் ஜனதா பத்திரிகை வெளியிட்டது. தன்னுடைய வாழ்க்கையில் நடந்த ஜாதிய வன்முறைகளையும் பாகுபடுத்தல்களையும் மக்களிடத்தில் பகிர்ந்துகொண்டு 'மனித நேயமற்ற' 'மனிதர்களை மதிக்காத ஒரு மதத்தில் இருந்து என்ன பயன்' ஹிந்து மதம் ஒரு பேய் மதம், அதில் அடிமைகள் மட்டுமே வாழ முடியும் என்று உரையாற்றி மக்களைச் சிந்திக்க வைத்தார்.[145]

> "நாம் ஒற்றுமையாக இருந்தால்தான் நம்முடைய சமூக மதிப்பை உயர்த்திக்கொள்வதற்கு ஹிந்து மதத்தை விட்டு வெளியேறும் நமது இலட்சியத்தை அடைய முடியும்"
>
> 'ஒரு மரத்தின் அடியில் இன்னொரு மரம் வளர முடியாது. அதனுடைய வளர்ச்சிக்குச் சுதந்திரமாகச் சூரியஒளியைப் பெற வேண்டும். அதனைப் போன்றே சிதைவுற்றிருக்கிற மரமாகிய இந்த (ஹிந்து) மரத்தின் கீழ் வளர்ச்சி இருக்காது. எனவே நாம் நம்முடைய மதத்தை அவசியம் மாற்றிக் கொள்ள வேண்டும்'

என ஜனதாவிலே மதமாற்றம் குறித்து அம்பேத்கர் பேசிய உரைகள் தொடர்ந்து வெளியாயின. அதே போன்று விடுதலைக்கான வழி என்ன? அல்லது மதமாற்றம் ஏன்?[146] என்கிற புகழ்மிக்க அம்பேத்கரின் முழு மராத்தி உரையையும் ஜனதா

பத்திரிகை தன்னுடைய வாசகர்களுக்காக வெளியிட்டு இந்தச் செய்தியைத் தன் மக்களிடத்தில் எடுத்துச் சென்றது. (மேலும் பார்க்க தொகுதி 17.193).

அதைத் தொடர்ந்து 1938ஆம் ஆண்டு பம்பாயிலுள்ள பாந்த்ராவில் நடைபெற்ற மாநாட்டில் மதமாற்றத்திற்குத் தயாராகின்ற தன் மக்கள் கடைபிடிக்க வேண்டிய வழிமுறைகளாக 'ஹிந்து விழாக்களைக் கொண்டாடக் கூடாது, ஹிந்து மதச் சடங்குகள், ஹிந்து மத ஒழுக்கங்கள், புனித நாட்கள், விரத நாட்களைக் கடைப்பிடிக்கக் கூடாது' என்று தீர்மானமாக நிறைவேற்றியதை மக்களின் கவனத்திற்குக்கொண்டு சென்றார். (மேலும் பார்க்க 17. 209 –10. 224)

> 'ஹிந்து மதம் கடவுளை நம்புகிறது. பௌத்தத்தில் கடவுள் இல்லை. ஹிந்து மதம் ஆன்மா உள்ளது என்று நம்புகிறது. பௌத்தத்தில் ஆன்மா இல்லை. ஹிந்து மதம் சதுர்வர்ணத்தை நம்புகிறது. பௌத்தம் வர்ணத்தை நம்பவில்லை'

என்று மதமாற்றத்திற்கு நான்கு மாதங்களுக்கு முன்பாகப் பிரபுத்த பாரத் பத்திரிகையில் ஹிந்து மதத்திற்கும் பௌத்தத்திற்குமான வேறுபாட்டை மிக எளிமையான சொற்களில் மக்களுக்குப் புரிய வைத்தார். மதமாற்றத்திற்கு இரண்டு வாரங்களுக்கு முன்பாக மதமாற்ற நிகழ்வின்போது நடக்கயிருக்கின்ற முழு நிகழ்ச்சி நிரலையும் வெளியிட்டு மதமாறப் போகிறவர்களின் பெயர்களையும் பதிவு செய்யக் கோரியது.[147] அம்பேத்கரின் மதமாற்ற உரையை முழுமையாக மதமாற்ற நிகழ்விற்கு அடுத்த இதழில் 27.10.1956 ஜனதா வெளியிட்டது. மதமாற்றம் குறித்த அம்பேத்கரின் மூன்று முக்கிய உரைகளும் மராத்தி மொழியிலேயே அமைந்திருந்தது. அவர் தன் மக்களுக்கு அதன் உண்மையான பொருளும் எதிர்காலத்தில் செயல்பட வேண்டிய பொறுப்பையும் உணர்த்த வேண்டியவராகயிருந்தார் என்று நாம் அவதானிக்கலாம். மேலும் தம் மக்களுக்குரிய மதமாக மட்டுமல்ல 'பௌத்தம் இந்த நாட்டினுடைய மதமாக மீண்டும் இருக்கப்போகிறது என்பதில் நான் உறுதியாக இருக்கிறேன்' எனவும் தன்னுடைய எதிர்நோக்கை ஜனதாவில் வெளியிட்டார்.[148]

மதமாற்றத்தைக் குறித்த தெளிவை ஏற்படுத்திய அம்பேத்கர் அதற்கு எதிராக முன்வைக்கப்பட்ட கருத்துக்களுக்கும் தன்னுடைய பதிலைப் பத்திரிகைகளில் வெளியிட்டார். அம்பேத்கருடைய பெயரைக் குறிப்பிடாமல் தலித்துகளைத் திசை திருப்புவதாகவும் அதைக் கேள்வி கேட்கிற உரிமை தனக்கு உண்டு எனவும் மதமாற்றத்தைக் குறித்து எம்.சி. ராஜா ஒரு அறிக்கையை விடுத்தார். அதில் காந்தியும் ஹிந்து மகா

சபையும் தீண்டாமையை ஒழிப்பதற்காக முயற்சி செய்து கொண்டிருப்பதாகவும் அவர்களுக்கு உதவி செய்வது நமது கடமை என்றும், அவர்களுடைய முயற்சிகளுக்கு நாம் தடையாக இருக்கக் கூடாது என்றும் குறிப்பிட்டிருந்தார்.

'ஹிந்து சமூகத்தில் சமூக மற்றும் சமய சமத்துவத்தை நாம் அடையவில்லை என்றால் அது ஜாதி ஹிந்துக்களின் தவறு மட்டுமல்ல, நம்முடைய தவறும்தான். நாம் ஒற்றுமையாக இருக்கிறோமா? ஹிந்து மதம் நம்முடைய மதம். அது புனிதமானது. அதைப் பாதுகாப்பதும், புனிதப்படுத்துவதும் நம்முடைய கடமை' என்று எம்.சி. ராஜா குறிப்பிட்டார்.

இதற்குத் தன்னுடைய ஜனதா பத்திரிகையில் அம்பேத்கர் பதிலுரை எழுதினார்.[149] 'இது ஒரு நேர்மையற்ற செயலாகும். ராஜா ஹிந்து மதத்தைத் துறப்பதற்கு விரும்பவில்லை என்றால் அவ்வாறு செய்வதற்கு யாரும் அவரைக் கட்டாயப்படுத்த வில்லை. மதமாற்றம் ஆன்மீகக் காரணங்களுக்குத்தானா? அதனாலேயே அவர் ஹிந்து மதத்திலேயே தங்க விரும்புகிறாரா? அவருக்கு ஆன்மீக நிறைவைத் தவிர வேறு எதுவும் நோக்கமாக இல்லாதிருந்தால் எதற்காகப் பொருளாதாரம், அரசியல் ஆதாயங்களுக்காகச் சட்ட மன்ற இடங்களைக் குறித்து கவலைப்பட வேண்டும்' எனக் கேள்வி எழுப்பினார்.

தீண்டாமைக்கு எதிரான முதல் முயற்சியைப் புத்தரே இந்தியாவில் தொடங்கி வைத்தார். சமத்துவமும் அன்பும் தான் சமயத்தின் அடிப்படையாக இருக்க வேண்டும். ஆனால், பழமைவாதிகள் வன்முறையையும் ஜாதிய ஏற்றத் தாழ்வுகளையும் அதன் கூறாக மாற்றிவிட்டார்கள் என்று சமயத்தி னுடைய விளக்கத்தையும் பௌத்தத்தின் பின்னணியிலேயே அம்பேத்கர் மக்களிடத்தில் பகிர்ந்துகொண்டார். பௌத்தத்தினுடைய சிறப்பான தன்மைகளை சீடர்களைத் தெரிவு செய்கின்ற வழிமுறைகளின் மூலம் குறிப்பிட்டார். சமூகத்திலுள்ள எல்லா தரப்பினரையும் தன்னுடைய சீடராகப் புத்தர் ஏற்றுக்கொள்கிறார். துப்புரவு பணியாளரையும் சீடராக ஏற்றிருக்கிறார். ஆனால் ஹிந்து மதம் 'மானுட சமத்துவத்தை எதிர்மறையாகப் போதித்தும் அதனைச் சீர்குலைவு செய்த' பிராமணர்களைத்தான் குருக்களாக ஏற்றுக்கொண்டிருக்கிறது, வேறு யாரையும் ஏற்கவில்லை என்று அதன் ஏற்றத் தாழ்வான சீடத்துவ அமைப்பு முறையை விமர்சனம் செய்கிறார். இந்தப் பிராமணிய சட்டகத்திலிருந்து வேறுபட்டவராக ராமானுஜரைத்தான் குறிப்பிட முடியும் என நடந்த ஒரு நிகழ்ச்சியை அம்பேத்கர் சுட்டிக்காட்டுகிறார்.

ஒருமுறை ராமானுஜர் திருப்பதியில் தங்கியிருந்தபோது ஒரு சண்டாளப் பெண்ணோடு சமய உரையாடல் செய்ததாகவும் அந்த உரையாடலில் மிகுந்த அறிவாற்றலோடு அப்பெண் வாதாடியதைக் கண்ட ராமானுஜர் ‘ஏ சண்டாளப் பெண்ணே, என்னை விட நீ புனிதமானவள்’ என்று உடனடியாகத் தன்னுடைய குழுவில் இணைத்துக்கொண்ட செய்தியையும் அம்பேத்கர் தன்னுடைய பகிஷ்கிருத் பாரத் பத்திரிகையில் பதிவு செய்தார்.

மகத் போராட்டத்தின்போது கோயிலுக்குள் நுழைந்து கோயிலை அசுத்தப்படுத்தப்போகிறார்கள் என்கிற புரளியை உண்மையெனச் ஜாதி ஹிந்துக்களின் பத்திரிக்கையான பாலா குறிப்பிட்டபோது ‘கோயிலுக்குள் நுழைவதும் கடவுளை வழிபடுவதும் எங்களுடைய இயல்பான உரிமை. ஹிந்து மதத்தில் இருந்துகொண்டே போராடி கோயில் நுழைவு உரிமையைப் பெறுவதற்கு முயற்சிப்போம். தேவைப்படும் எனில் ஹிந்து மதத்தை உதறித் தள்ளி எங்களுடைய உரிமைகளை எவ்வாறாயினும் பெற்றுக்கொள்வோம்’ என்று ஹிந்து மதப் புறக்கணிப்பையும் பதிவு செய்தார். அவ்வப்போது இஸ்லாத்திற்கு 1929இல் மதம் மாறிய தலித்துகளைப் பற்றியும் செய்திகள் வெளியிடப்பட்டன. ராமானுஜர், சைதன்யர் போன்ற 16ஆம் நூற்றாண்டில் வாழ்ந்த சமயப் புனிதர்கள் ‘ஜாதிய அமைப்பைத் தங்களுடைய கோடரியினால் தகர்க்க முனைந்தாலும் ஜாதி என்னும் மரத்தினுடைய இலைகளைக்கூட அவைகள் அசைக்கவில்லை’ என்று வெளிப்படையாகவும் துணிச்சலாகவும் ஹிந்து மதத்தினுடைய பிணைப்பில் இருந்து கொண்டே ஜாதி அமைப்பைத் தகர்க்க முடியாது என்பதையும் மதிப்பிட்டார். இவை பௌத்தம் பற்றியும், ஹிந்து மத வெளியேற்றம் என்பதும் தொடக்கத்திலிருந்தே அம்பேத்கருடைய மனதில் இருந்த முடிவுகள்தாம் என்பதை நமக்குச் சுட்டுகின்றன.

மகத் நீரெடுப்புப் போராட்டம்

பகிஷ்கிருத் பாரத்தின் பெரும்பான்மையான பக்கங்களை, ஏறக்குறைய எல்லா வாரங்களிலும் தொடர்ந்து மகத் குள நீரெடுப்புப் போராட்டம் பற்றிய முன் தயாரிப்புப் பணிகள், போராட்டத்திற்கான அறிவிப்புகள், நன்கொடைகள், இடவசதி, சிறப்பு அழைப்பாளர்கள், மாநாட்டு உரைகள், தீர்மானங்களே நிரம்பியிருந்தன. மகத் குளப் போராட்டத்தினுடைய போக்கை மதிப்பீடு செய்த அம்பேத்கர் அதனை ஹிந்துக்களுக்கும் தலித்துகளுக்கான மதப் போர் என்றார். அந்த மதப் போரில் ஜாதி ஹிந்துக்களின் பொறுப்பு என்ன? அன்றைக்குப் பதவியில்

இருந்த ஆங்கிலேய ஆட்சியாளர்களின் பொறுப்பு என்ன? தலித்துகளின் பொறுப்புகள் என்ன? என்பதைக் குறித்து தனித்தனியான கட்டுரைகள் எழுதினார். ஜாதி ஹிந்துக்கள் தலித்துகளை மனிதர்களாக மதித்து அவர்களுடைய உரிமைகளை நடைமுறைப்படுத்த ஒத்துழைக்க வேண்டும் எனவும் ஆட்சியாளர்களான ஆங்கிலேயர்கள் தலித்துகளுடைய உரிமையைப் பாதுகாக்கத் தவறிவிட்டார்கள். ஆங்கிலேயர்கள்தாம் தலித்துகளுக்குப் பாதுகாப்பு அளிக்க வேண்டும் எனவும் மகத் குளத்தில் போராட்டம் நடத்தி தங்களுடைய உரிமைகளைப் பெற்றுக்கொண்ட தலித்துகள் பிற இடங்களிலும் இவ்வாறான பொது வெளிக்கான உரிமையைப் பெற்றுக்கொள்ள முயற்சி செய்ய வேண்டும் எனவும் அவ்வாறான போராட்டங்களில் எதிர் தாக்குதல் நடத்த அவசியம் ஏற்பட்டால் அதையும் தலித்துகள் வெளிப்படுத்த வேண்டும் எனவும் அறைகூவல் விடுத்தார்.[150]

பெரும் மக்கள் திரளைக் கொண்ட போராட்டங்கள் அதற்கு முன்பாக நடந்தது இல்லை. தலித்துகளை ஒன்று திரட்டிய பெரும் போராட்டமாக மகத் உருவெடுக்கும்போது அப்போராட்டம் குறித்த பிற முன் தயாரிப்புகளோடு மக்களையும் அதற்காக விழிப்பு பெற வைத்தார். ‘சத்யாகிரகம் என்பது சண்டை என்று பொருள்படும். ஆனால் கத்தி, துப்பாக்கி என்னும் போர் ஆயுதங்களால் நடக்கும் யுத்தமல்ல. வைக்கம், பத்லக்காலியில் நடந்த போராட்டங்களைப் போன்றதாகும். நம்மைச் சிறையில் அடைக்கலாம். அதற்காகத் தயாராக வாருங்கள். குடும்பத்தைக் கவனித்துக்கொள்ள வேண்டிய தேவைகளுடன் இருப்பவர்கள் அதில் கலந்துகொள்ள வேண்டாம். துணிச்சலும் சுயமரியாதையும் கொண்டவர்கள் இதிலே கலந்துகொள்ளுங்கள்’ என்று அழைப்பு விடுத்தார்.

குடும்பப் பொறுப்பிற்கும், சமூகப் பொறுப்பிற்கும் போதிய இடைவெளியையும் சமவாய்ப்பினையும் அம்பேத்கர் தம் மக்களுக்கு வழங்குவதையும் நாம் இங்குக் கவனிக்கலாம். பொது உரிமைக்கான மகத் குளப் போராட்டம் அம்பேத்கருடைய இயக்கத்தின் வளர்ச்சிக்கும் மக்களை ஒன்றிணைப்பதற்கும் அம்பேத்கர் எந்தளவில் முக்கியத்துவம் தந்திருந்தார் என்பதை நாம் புரிந்துகொள்ள முடியும். மகத் போராட்டத்தை கெயில் ஓம்வெத் இந்திய அளவில் நடைபெற்ற மிகப் பெரிய முதல் மக்கள் திரள் போராட்டம் என்று குறிப்பிடுகிறார். அத்தகைய மகத் போராட்டத்தில் பிராமணர்கள் கலந்துகொள்ளலாமா? கூடாதா என்ற கேள்வியைக் கடிதத்தின் வழியாக ஒரு வாசகர் பகிஷ்கிருத் பாரத்திற்குக் கேட்டார். அதே

போன்றே பிராமணர் அல்லாத தலைவர்களான ஜவல்கரும், ஜெதேவும் போராட்டத்திற்கு பிராமணர்கள் யாரும் கலந்து கொள்ளக் கூடாது எனவும் வன்முறையில்லாத போராட்ட மாகவும் இதை நடத்தினால் தாங்கள் முழு ஆதரவைத் தருவதாகவும் நிபந்தனைகள் விதித்தார்கள்.[151] அதற்குப் பதிலாக 'நம் மீது இரக்கம் கொள்கிற யாரும் போராட்டத்தில் கலந்து கொள்ளலாம். நமக்கு எந்த ஜாதியுடனும் பிரச்சினையில்லை. கோட்பாடுகளுடன்தான் நமக்குச் சண்டை'.

> 'நான் நடத்தும் இயக்கம் பிராமணர்களுக்கு எதிரான தல்ல. அது பிராமணியத்தைத்தான் எதிர்க்கிறது. பிராமணர்கள் எப்போதும் தலித்துகளுக்கு எதிரிகள் என்று கூற முடியாது. பிராமணரல்லாத சமூகங்களிலும் ஜாதியின் உயர்வு தாழ்வை ஆதரிக்கும் மக்கள் உள்ளனர் என்பதை மறந்து விடக்கூடாது'

என்று அம்பேத்கர் முழு மனதோடு வரவேற்றார். யாரைத் தம்முடன் தோழமை சக்திகளாக இணைத்துக்கொண்டு போராட வேண்டும் என்பதையும் தெளிவாக வரையறுத்துக் கொண்டார். 'சத்யாகிரக இயக்கத்தின் நோக்கம் தலித்துகளைச் சார்ந்ததாகயிருந்தாலும் சீர்திருத்தம், நீதி, இரக்கம், நாட்டின் ஒற்றுமைக்காகத் தீண்டாமை ஒழிக்கப்பட வேண்டும் என்று கூறுபவர்களும் தலித்துகளோடு இணைந்து கொள்ளலாம்'. ஆனால், தம்முடைய அடிப்படை கோட்பாடுகளுக்கு எவ்வித மான இடையூறுகளும் வராமல் வெவ்வேறு கருத்துக்களைக் கொண்டவர்களையும் நம்முடைய இயக்கத்தில் இணைத்துக் கொள்ள வேண்டும்' என்றார். தலைமையும், நோக்கமும் சிதைவுறாமல் இணைந்து செயல்பட வேண்டிய தேவையை தொடங்கி வைத்த இந்தச் செயல்பாட்டை உள்ளினைத்துக் கொள்ளும் அரசியலாக *(Inclusive politics)* நாம் இதைப் புரிந்து கொள்ளலாம்.

கணவரின் அனுமதியுடன் தன்னார்வளராக மகத் போராட்டத்தில் கலந்துகொண்ட ஒரு பிராமணப் பெண்ணை 'நம்முடைய சகோதரி' என்று தம்முடைய வாசகர்களுக்கு அடையாளப்படுத்தினார். நாம் எதையும் இரகசியமாகச் செய்யவில்லை, வெளிப்படையாகவே செய்கிறோம் என்று வரவேற்றார். 'இந்தப் புனிதமான இலக்கை அடைவதற்கு நமக்கு உதவி செய்ய முன்வருபவர்களுக்காக நன்றி சொல்லுவோம் என்றும் பதில் அளித்தார்.' பிராமணர்களோடு தனிப்பட்ட விதத்தில் முரண்பாடுகளையும், அவர்களால் ஜாதியப் பாகுபாடு களை எதிர்கொண்டாலும் அவர்களுடைய மனமுவந்த ஜாதி ஒழிப்பிற்கான ஆதரவுகளையும் உதவிக்கரத்தையும் வரவேற்றுக்

கொண்டார். தன்னுடைய பத்திரிகைகளில் எழுதுவதற்கும் இடமளித்தார்.

மகத் குளப் போராட்டத்தின்போது தலித்துகள் மீது திட்டமிட்டு நடத்தப்பட்ட தாக்குதலைக் கண்டிக்கும் விதமாக, தத்தாத்ரே ராம்சந்திர ராரவிஹார் என்னும் பிராமணர் ஒருவர் 'கருத்துப் பரிமாற்றம்' என்னும் தலைப்பில் பகிஷ்கிருத் பாரத்தில் தன்னுடைய கருத்தை இவ்வாறு தெரிவித்தார்.

> "சௌதார் குளத்தில் நீரெடுத்துப் பருகிய தீண்டப் படாதவர்களைத் தாக்கியதற்கு மகத்தின் தீண்டப்படும் ஹிந்துக்கள் மட்டுமல்லாது, முழு ஹிந்து சமூகமும், முழு ஹிந்து மதமுமே பொறுப்பேற்க வேண்டும். மகத்தில் நடந்தது வெட்கக்கேடானது. அதற்கு முற்போக்கு எண்ணம் கொண்ட ஒவ்வொரு ஹிந்துவும் வெட்கித் தலைகுனிய வேண்டும்."

உரைகளும் தீர்மானங்களும்

திலகரால் நடத்தப்பட்ட கேசரி[152] பத்திரிகை அம்பேத்கரின் மூக் நாயக் வெளிவந்த போது அது பற்றிய விளம்பரத்தை வெளியிட மறுத்தது. இந்தியாவில் எங்குப் பத்திரிகைகள் தொடங்கினாலும் தன்னுடைய வாழ்த்துச் செய்தியை வெளியிடுகின்ற கேசரி விளம்பரத்திற்கான கட்டணத்தைச் செலுத்தியும் அந்தச் செய்தியை வெளியிடாமலேயே மறைத்தது. ஆனால் கேசரி பத்திரிகையினுடைய ஆசிரியரான திலகர் இறந்தபோது அந்த செய்தியை அம்பேத்கர் வெளியிட்டுப் பத்திரிகையின் அறத்தை வெளிப்படுத்தினார். இதுவே அம்பேத்கரின் நிலைப்பாடாகவும் இருந்தது. மேலும் இந்தப் போராட்டம் பிராமணர்கள் மட்டுமல்ல பிற்படுத்தப்பட்ட ஜாதியைச் சேர்ந்தவர்கள், பெண்கள், அரசு பணியாளர்கள், இஸ்லாமியர்கள், மாணவர்கள், ஓய்வூதியம் பெறுபவர்கள் என எல்லோரையும் உள்ளடக்கியதாயிருந்தது. அனைத்து தரப்பிலிருந்தும் பிரதிநிதித்துவப்படுத்தப்படும் அம்பேத்கருடைய இந்த முயற்சியை அன்றைய தலித் அரசியலின் முக்கிய உள்ளீடாகக் காண முடியும். குறிப்பாக அம்பேத்கருடைய பல்வேறு மாநாடுகள் நடத்துவதற்கு இடமளித்தவர்களும் பண உதவி செய்தவர்களும் இஸ்லாமியர்களே என்பதை நினைவில் கொள்வது இன்றைய காலக்கட்டத்திற்கு மிகவும் அவசியமானதாகும்.

மகத் மாநாட்டின் போது நிகழ்த்திய அம்பேத்கரின் உரை மட்டுமல்ல அம்பேத்கரின் சமூக அரசியல் முயற்சிகளுக்குப்

பெரிதும் உறுதுணையாக இருந்த கோலாப்பூர் அரசரின் உரை, இந்திய கிரிக்கெட் அணியின் முக்கியப் பந்து வீச்சாளராக இருந்த பல்வன்கர் பாலுவின் உரை, அவ்வப்போது மாநில அளவில் நடைபெற்ற சிறு குறு மாநாடுகளின் உரைகளும் அவற்றில் நிறைவேற்றப்பட்ட தீர்மானங்களும் முழுமையாக மக்களிடத்தில் கொண்டு சேர்க்கப்பட்டு அவர்கள் அரசியல்படுத்தப்பட்டார்கள். அம்பேத்கருடைய எல்லா வளர்ச்சியிலும் பங்களிப்பு செய்த கோலாப்பூர் அரசரின் முழு உரையையும் தன்னுடைய பத்திரிகையில் வெளியிட்டார். தன்னுடைய ஆட்சி பொறுப்பில் இருந்த மாகாணங்களில் மராத்தியர்களுக்கும், பிராமணர் அல்லாதோருக்கும் பதவிகள் கொடுத்துப் பிராமணர் அல்லாதோர் இயக்கத்திற்குப் பெரும் ஆதரவாகயிருந்தவர் இந்த சாகு மகாராஜாதான். ‘அம்பேத்கர் அறிவின் மகுடம்’ என்று அவரைப் புகழ்ந்து பேசிய மகாராஜா உங்களுக்கான தலைவரை நான் கண்டுபிடித்துவிட்டேன், இனி அவரே உங்களை தலைமையேற்று நடத்துவார். அவருடைய பேச்சைக் கேட்கவே தான் ஆர்வத்துடன் வந்திருப்பதாகவும் குறிப்பிட்டார். அத்தோடு தன்னுடைய மாநிலத்தில் மக்கள் மீது சுமத்தப்பட்டிருக்கின்ற பாரம்பரிய கட்டாய வேலைகளை நீக்கப் போவதாகவும் மாநாட்டிலேயே அறிவிப்பு தந்தார். அப்படியான தன்னுடைய பணிகளுக்கு அம்பேத்கருடைய உதவியும் வேண்டும் என்றும் குறிப்பிட்டார். ‘குற்றப் பரம்பரையினரைப்’ போலவே தலித்துகளும் காவல் நிலையத்தில் ஒவ்வொரு நாளும் காவல் நிலையத்தின் பதிவேட்டில் கையெழுத்திட வேண்டிய கட்டாய நிலை மகாராசுடிர பகுதிகளில் கடைப்பிடிக்கப்பட்டது.

> ‘தலித்துகள் நல்ல பண்புள்ளவர்கள். அவர்களுடைய வாழ்நாள் முழுவதும் குற்றவாளிகளைப்போல நடத்து வதற்கு என்னுடைய மனசாட்சி அனுமதிக்கவில்லை. எனவே அதை நீக்க விரும்புகிறேன்’

என்று அந்த அடிமை நிலையை மாற்றியமைத்தார். தலித்து களை அனைத்து நிலைகளிலும் மனிதர்களாக அங்கீகரிக்க வேண்டும் என்கிற குரலும் அவருடைய மாகாணத்தில் ஒலித்தது. தலித்துகளை மனிதர்களாக நடத்த வேண்டும் அவ்வாறு இல்லையெனில் அரசியலில் எவ்விதமான முன்னேற்றமும் வராது என்கிற கருத்தையும் சாகு மகாராஜா முன்வைத்தார். ‘ஆரிய சமாஜ் அமைப்பைச் சார்ந்தவர்களும், கிறிஸ்தவர்களும் மகிழ்ச்சியோடு அம்பேத்கரை இழுத்துக்கொள்ள விரும்புகிறார்கள். ஆனால் அவர் உங்களை விடுதலை செய்ய முடிவு எடுத்திருப்பதினால் அவர்களோடு போய்விட மாட்டார்’ என்று டாக்டர் அம்பேத்கரின் விடுதலை திட்டத்தை அறிய வாய்ப்பற்ற

மக்களிடத்தில் அம்பேத்கர் என்னும் தலைவரை அறிமுகம் செய்து வைத்தார். அனைத்து தளங்களிலும் சம வாய்ப்பு, பொது வெளிக்கான உரிமைகள், பாரம்பரிய தொழிலை விடுத்துப் பிற தொழில்களில் தலித்துகள் ஈடுபடுவதற்கான உரிமைகள், தலித்துகளின் உரிமையை யாரேனும் மீறினால் அவர்களுக்குத் தண்டனைகள், கல்வி இலவசமாகவும் கட்டாய மாகவும் வழங்கப்பட வேண்டும், இறந்த விலங்குகளை உண்பது குற்றமாகக் கருதப்படும் என்பது போன்ற மிக முக்கியமான தீர்மானங்களும் இந்த மாநாட்டில் நிறைவேற்றப்பட்டன.

அம்பேத்கருடைய வெவ்வேறு மாநாடுகளில் நிறைவேற்றப்பட்டு அவருடைய பத்திரிகைகளில் வெளியான சில தீர்மானங்களின் சாராம்சங்களைக் கவனிப்போம்.

1. தீண்டாமையைக் கடைப்பிடிப்பது தண்டனைக்குரிய குற்றம் என அறிவிக்கப்பட வேண்டும்[153]

2. அரசாங்கத்தின் பட்டியலிலிருந்து ஜாதி என்னும் பிரிவு நீக்கப்பட வேண்டும்.

3. அனைத்துப் பொது இடங்களும் தலித்துகளின் பயன்பாட்டிற்காகத் திறக்கப்பட வேண்டும்

4. யாரும் உயர்ந்தவரும் இல்லை தாழ்ந்தவரும் இல்லை.

5. மத நூல்களான வேதங்கள் புராணங்கள், தர்ம சாஸ்திரங்களை நாங்கள் ஏற்க மறுக்கிறோம்.

6. கலப்புத் திருமணங்கள் நடைபெறுவதற்கு ஊக்கமளிக்கப்பட வேண்டும்

7. இறந்த விலங்குகளை அப்புறப்படுத்துவதற்குத் தலித்துகளைச் சார்ந்திருக்காமல் ஜாதி ஹிந்துக்களே பொறுப்பேற்க வேண்டும்.

8. வனப்பகுதிகளில் உள்ள நிலங்களை தலித்துகளுக்குப் பயிரிடுவதற்காக வழங்க வேண்டும்

9. தோல் பதனிடும் தொழிலாளர்களுக்குத் (சாம்பார்) தனிப் பயிற்சிகள் அளிக்கப்பட வேண்டும்.

10. இராணுவம், காவல்துறையில் தலித்துகளைப் பணி அமர்த்த வேண்டும்

11. இரயில்வே துறையிலும் தலித்துகள் சமமாக நடத்தப்பட வேண்டும்.

12. தகுதி வாய்ந்த தலித் பட்டதாரிகளுக்குக் கல்வித்துறையில் வேலைவாய்ப்பு அளித்திட வேண்டும்.

13. கல்வியை இலவசமாகவும் கட்டாயமாகவும் வழங்க வேண்டும்.

14. 20 வயதிற்குக் குறைவான ஆணிற்கும் 15 வயதிற்குக் குறைவான பெண்ணுக்கும் இடையே நடக்கிற திருமணத்தைத் தடை செய்ய வேண்டும்.

15. எந்த ஜாதியினரைச் சேர்ந்த ஒரு ஆணோ பெண்ணோ திருமணம் செய்வதற்குச் சுதந்திரம் அளிக்கப்பட வேண்டும்.

16. இறந்த விலங்குகளின் இறைச்சியைச் சாப்பிடக் கூடாது.

17. பிச்சை எடுத்தல் உடனடியாக நிறுத்தப்பட வேண்டும்.

18. தலித் மாணவர்கள் எங்கு இருக்கிறார்களோ அங்கே தனியாக ஒரு பள்ளிக்கூடத்தைத் தொடங்க வேண்டும்.

19. பள்ளிகளில் மாணவர்கள் ஒன்றாகவே அமர வைக்கப்பட வேண்டும்.

20. தலித் மாணவர்களுக்கு அரசு பள்ளிகளிலும் அரசு உதவி பெறும் பள்ளிகளிலும் கட்டணம் வசூலிக்கக் கூடாது.

மாநாட்டினுடைய முக்கியத் தீர்மானங்களை நாம் வாசிக்கின்ற பொழுது அப்போதைய ஜாதிய சமூகத்திற்கும் ஆதிக்கக் குழுக்களுக்கும் அம்பேத்கரிய இயக்கம் எத்தகைய அழுத்தத்தைத் தந்துள்ளது என்பதை நாம் புரிந்துகொள்ள முடியும். அதே நேரத்தில் அரசாங்கத்தின் கவனத்திற்குக் கொண்டு செல்ல வேண்டிய கோரிக்கைகளையும் அம்பேத்கரின் பத்திரிகைகள் வெளியிட்டன. தலித்துகளை சமூகம், அரசியல், பொருளாதாரம், கல்வி, சமவாய்ப்புகள், பாரம்பரிய தொழிலை விட்டு விலகுதல் என எல்லா நிலைகளிலும் மேம்பட்டவர்களாக மாற்றுவதற்கே அம்பேத்கருடைய இயக்கம் உழைத்தது என்பதையே இந்தத் தீர்மானங்கள் வெளிப்படுத்துகின்றன.

கிராம வெளியேற்றம்

கிராம அமைப்பு முறைகளை அம்பேத்கர் தொடக்கத்தி லிருந்தே மிகக் கடுமையாக விமர்சனம் செய்தார். ஹிந்து சமூக ஒழுங்கு எப்படிச் செயல்பட்டுக்கொண்டிருக்கிறது என்பதை அறிந்துகொள்ள வேண்டுமானால் கிராமங்களுக்குச் சென்று

பார்க்க வேண்டும். அங்கு முழு வீச்சில் செயல்படுவதைக் காண முடியும் என்றார். ஹிந்துக்கள் தனியாக ஒரு பகுதியிலும் தீண்டப்படாதவர்கள் தனியாக ஒரு பகுதியிலும் வாழ்வதை எல்லாக் கிராமங்களிலும் பார்க்கலாம். கிராமம் என்பது குறுகிய மனப்பான்மை, அறியாமையின் இருப்பிடம். தீண்டப்படாதவர்களுக்கு எவ்விதமான உரிமையும் கிராமத்தில் இல்லை. கிராம அமைப்பு உடைபடாமல் இருக்கும்வரை தலித்துகளால் சுதந்திரமான கண்ணியமான முழு வாழ்க்கையை வாழ முடியாது என்பது அம்பேத்கரின் மதிப்பீடு. எனவே கிராமங்களை விட்டு வெளியேறி நகரங்களுக்குச் செல்ல வேண்டும் எனவும், தனித்த கிராமங்களில் வாழ வேண்டும் என்பதைக் குறித்து தொடக்கத்திலிருந்தே தம் மக்களுக்கு ஆலோசனையாகச் சொல்லி வந்தார்.

தலித்துகளுக்கான தனிக் குடியிருப்பு என்பதைப் 'புதிய வாழ்விற்கான இயக்கம்' எனவும், அப்படியான தலித்துகளின் முயற்சிகளுக்கு அரசியலமைப்புச் சட்டத்திலேயே உறுதி செய்யப்பட வேண்டும் எனவும் அந்தக் குடியிருப்புகளில் வாழ்கின்ற தலித்துகளுக்கு விளைச்சலுக்குத் தகுதி பெற்ற நிலங்களை அரசாங்கம் பெற்றுத் தர வேண்டும் எனவும் அரசிற்குக் கோரிக்கையாக வைத்தார். இந்தத் தனிக் குடியிருப்புகள் தலித்துகளுடைய பாரம்பரிய வேலைகள், குறைந்த கூலி அல்லது கூலியில்லாத கட்டாய வேலை இவற்றிலிருந்து விடுபட உதவிகரமாகயிருக்கும் எனவும் நம்பிக்கை கொண்டு 1942ஆம் ஆண்டு நாக்பூரில் நடைபெற்ற அகில இந்திய தாழ்த்தப்பட்டோர் மாநாட்டில் தீர்மானமாகவும் நிறைவேற்றப்பட்டது.[154] 1956இல் தன் இறுதி நாட்களிலும் அப்படியான கருத்துக்களைக் கொண்டிருந்தார். பிரபுத்த பாரத் இதழில் 'கிராமங்களை விட்டு நகரங்களுக்குப் போனால்தான் நீங்கள் முன்னேற்றம் அடைய முடியும். அங்குக் கண்ணியமாகவும் வாழலாம். உங்களுடைய பாரம்பரிய இழி தொழில்களை விடுத்து, கடைகள் வைத்தோ அல்லது வேறு ஏதேனும் வியாபாரத்தில் ஈடுபட்டோ வாழலாம் என்கிற ஆலோசனையை முன்வைக்கிறார். அதற்காக அரசாங்கத்தின் கட்டுப்பாட்டில் இருக்கிற தரிசு நிலங்களைக் கேட்கப் போவதாகவும், இந்தக் கோரிக்கையை மையப்படுத்தி ஒரு இயக்கத்தையே தொடங்கப் போவதாகவும் அறிவிக்கிறார்.[155]

பிற செய்திகள்

அம்பேத்கருடைய காலகட்டத்தில் பல்வேறு அமைப்புகள் தீண்டாமை ஒழிப்பிற்காகச் செயல்பட்டன. ஆனால்

தீண்டாமையை ஒழிப்பதற்கோ ஜாதியை ஒழிப்பதற்கோ அழுத்தமாக எதையும் செய்யவில்லை என்பது அம்பேத்கருடைய விமர்சனமாகயிருந்தது. பஞ்சாப் ஹிந்து மகா சபை, பிராமணர் அல்லாதோர் இயக்கம், சத்யசோதக் சமாஜம் போன்ற அமைப்புகளுக்குத் தீண்டாமையையும், ஜாதியையும் ஒழிப்பதற்குச் சில உந்துதல்கள் மட்டுமே இருந்தது. தீர்க்கமான முடிவோ உறுதியோ இல்லை என்கிறார். மேலும் எப்போதும் புத்தர், கிறிஸ்து, காந்தி என்று குறிப்பிட்டு எழுதுகிறார்கள். வன்கொடுமைகள் மற்றும் துன்பகரமான செயல்கள் நடைபெறும்போது எவ்விதமான முயற்சிகளும் எடுப்பதில்லை' என்று அதற்கான உதாரணத்தையும் அம்பேத்கர் தன்னுடைய மூக் நாயக் பத்திரிகையில் பதிவு செய்தார்.

ஒருமுறை புனாவிலுள்ள கல்லூரி ஒன்றில் பிராமண மாணவர்கள் தங்களுக்கும் பிராமணர் அல்லாத மாணவர்களுக்கும் தனித் தனியாகச் சமையல் செய்ய வேண்டும் என்கிற கோரிக்கையை வைத்தார்கள். அப்போது உடனடியாகப் பிராமணர் அல்லாத மாணவர்கள் தலித் மாணவர்களின் ஆதரவை நாடினார்கள். தலித்துகளின் ஆதரவைப் பெற்ற அவர்கள் நாங்கள் இருவரும் ஒன்றாகவே சாப்பிடுவோம் என்றார்கள். இந்தப் பிரச்சினை பம்பாய் கல்வி அமைச்சரின் கவனத்திற்குச் செல்கிறது. கல்வி அமைச்சரான பாஸ்கர் ராவ் ஜாதவ் ஆய்வு செய்வதற்காகக் கல்லூரிக்கு வருகிறார். அதற்குப் பிறகு தனித்தனியாக இடவசதிகள் செய்து தரப்பட்டன. ஆய்விற்குப் பிறகு தலித் மாணவர்கள் பிராமணர் அல்லாத மாணவர்களோடு சேர்ந்து உட்கார்ந்து சாப்பிட முயன்றபோது அவர்கள் அனுமதிக்க மறுத்து நீங்கள் உங்கள் பழைய இடத்திற்கே செல்லுங்கள் என்கிறார்கள் எனப் பிராமணர் அல்லாதோரின் போலி ஒற்றுமையை முதல் இதழிலேயே அம்பலப்படுத்தி எழுதினார் டாக்டர் அம்பேத்கர்.

பிராமணர் அல்லாதோரின் செயல்பாடுகளை விமர்சனம் செய்த அம்பேத்கர் மறுபுறத்தில் விவேகானந்தரின் கருத்துக்களை ஏற்றுக்கொண்டவராக அவர் கூறியவற்றைத் தன்னுடைய பகிஷ்கிருத் பாரத் இதழில் வெளியிட்டார்.

'எழுவோம், உறுதிகொண்டவர்களாவோம். முன்னேற்றத்திற்குத் தடையாக இந்தப் புரோகித வர்க்கம் வந்தால் உதைத்து எறிவோம். ஏனென்றால் இந்தப் புரோகித வர்க்கத்தை எப்போதும் சீர்திருத்த முடியாது. இந்த வர்க்கம் எப்போதும் பரந்த மனம் படைத்தவர்களாக இருந்ததில்லை. எழுச்சி பெற்று, புரோகித வர்க்கத்தின் ஆதிக்கத்தை அழிப்போம். மானுடத்தை நீங்கள் நேசிக்கிறீர்களா? உங்களுடைய தாய் நாட்டை நேசிக்கிறீர்களா? அப்படி யானால் உயர்ந்த நோக்கத்திற்காகப் போராடுவோம்.

திரும்பிப் பார்க்க வேண்டாம். உங்களுடைய முன்னோர்கள் அழைத்தாலும்கூட நீங்கள் திரும்பிப் பார்க்க வேண்டாம். எப்போதும் எதிர்நோக்கியே செல்லுவோம்'.

விவேகானந்தரின் கருத்துக்களை அம்பேத்கர் தன்னுடைய பத்திரிகையில் ஏன் வெளியிட்டார் என்பதை விட ஆதிக்கத்தைக் கேள்விக்கு உட்படுத்துகிற, பிராமணியத்தை விமர்சனம் செய்கிறவர்களை ஆதரித்து அவர்களுடைய கருத்துக்களையும் தம் மக்களிடத்தில் சேர்க்க வேண்டும் என்பதுவே அவருடைய எண்ணமாக இருந்திருக்கக்கூடும். அதனைப் போன்றே சவார்க்கரின் உரையும் பகிஷ்கிருத் பாரத்தில் வெளியானது. 1929ஆம் ஆண்டு மே மாதம் 19-20 தேதிகளில் கொங்கன் பகுதியில் கல்வி மாநாடு நடைபெறுவதற்குரிய அனைத்து முன்னேற்பாடு களும் செய்யப்பட்டுக்கொண்டிருந்த வேளையில் பம்பாய் ஆலைத் தொழிலாளர்களின் வேலை நிறுத்தப் போராட்டத்தில் அம்பேத்கர் கலந்துகொள்ள வேண்டியதிருந்ததால்[156] சவார்க்கரை அம்பேத்கர் கேட்டுக்கொண்டதன் அடிப்படையில் அவர் தலைமையேற்று நடத்திய மாநாட்டில் பேசிய உரையைத் தன் வாசகர்களுக்காகப் பகிஷ்கிருத் பாரத் வெளியிட்டது.

'நான் பிராமண குடும்பத்தில் பிறந்தேன். தீண்டப்படாத குடும்பத்தில் நான் பிறந்திருந்தால் பிராமணர்களின் பெருமைகளிலிருந்து என்னை விலக்கி வைத்திருந்ததற் காகக் கடவுளுக்கு நன்றி சொல்லியிருப்பேன். ஹிந்து சமயத்தின் வேதங்கள் தீண்டப்படுபவர்களுக்கும், தீண்டப்படாதவர்களுக்கும் இடையே உள்ள வேறுபாட்டை ஏற்கவில்லை.'

'கடவுள் இருவருக்கும் சமமான உரிமைகளையே தந்திருக்கிறார். இதை நீங்கள் உணரவில்லை என்பது உங்களுடைய தவறு. நீங்கள் உங்களுடைய பிள்ளைகளைக் கட்டாய மாகப் பள்ளிக்கு அனுப்புங்கள். இதில் ஏதாகிலும் மீறல்கள் நிகழுமாயின் அதை உங்களுடைய தலைவரின் கவனத்திற்குக் கொண்டு செல்லுங்கள், என்னுடைய கவனத்திற்கும் கொண்டு வாருங்கள்.' என சவார்க்கர் பேசினார்.

சவார்க்கருடைய அனைத்து விதமான சிந்தனைகளையும் அம்பேத்கர் ஏற்றுக்கொண்டிருக்கவில்லை என்று நாம் உறுதியாகக் கூற முடியும். சவார்க்கருடைய ஹிந்து தேசியம் என்பதையோ, 'ஹிந்து பெற்றோருக்குப் பிறக்காதவர்களான இஸ்லாமியர்களும் கிறிஸ்தவர்களும் இந்தியத் தன்மைக்கு எதிரானவர்கள்' என்பதையோ, 'ஹிந்துத்துவம் என்னும் பண்பாடு பௌத்தத்தையும் உள்ளடக்கியது' என்பதையோ

அம்பேத்கர் உறுதியாக ஏற்றுக்கொண்டிருக்கமாட்டார் என்று அவதானிக்க முடியும். மேலும் ஜாதிகள் என்பதற்கு சகோதரத்துவம் என்று பொருள், ஹிந்துக்கள் எல்லாம் ஒரே ஜாதியினர் என்று விளக்கமளிப்பதையோ, ஒவ்வொரு ஜாதிகளுக்கும் தனித்த அடையாளங்கள் உண்டு, அந்தந்த ஜாதியைச் சார்ந்தவர்கள் அதைக் குறித்து பெருமிதம் கொள்ள வேண்டும் என்னும் கருத்துக்களைக் கொண்டிருப்பவரோடு[157] ஜாதி ஒழிப்பிற்கான செயல்பாட்டில் இணைந்து பயணித்திருக்க முடியாது. கல்வி மாநாடு என்பதினால் அவரை அம்பேத்கர் பயன்படுத்தினார் என்றே நாம் புரிந்துகொள்ள வேண்டும்.

உணர்வூட்டிய எழுத்து

அம்பேத்கருடைய பத்திரிகைகளின் செய்திகள் பெரும்பாலும் இந்தியாவின் மேற்கத்திய பகுதிகளையும் வடக்கிலுள்ள சில பகுதிகளையும் கவனத்தில் கொண்டிருந்தாலும், பரந்துபட்ட இந்தியாவின் ஒவ்வொரு பகுதிகளில் உள்ள தலித்துகளின் மனநிலையிலும் அவர்களின் செயல்பாடுகளிலும் இரண்டற கலந்து அவர்கள் மீது இழைக்கப்படுகின்ற வன்முறைகளையும் கூர்ந்து கவனித்து வந்தது எனலாம். சென்னை மாகாணத்தில் பச்சையப்பன் கல்லூரியில் தலித்துகள் சேர்ந்து கல்வி பயிலுவதற்கு ஜாதி ஹிந்துக்களின் அந்தக் கல்லூரி அனுமதியளிக்கவில்லை என்பதையும் அதற்கெதிராகக் தலித்துகள் போராடினார்கள் என்பதையும் சென்னை மாகாணத்தில் பிராமணருக்கும் தலித்திற்கும் நடந்த திருமணத்தையும் பதிவு செய்தார். வைக்கம் போராட்டம் பற்றிய செய்திகளும் இடம் பெற்றிருந்தன. சுயமரியாதை இயக்க செங்கல்பட்டு மாநாடு, சென்னை தீண்டாமை ஒழிப்பு மாநாடு பற்றிய செய்திகளும் தமிழகத்தில் நடந்த தீண்டாமை கொடுமைகளும் பதிவு செய்யப்பட்டன. பிற்படுத்தப்பட்ட மக்களின் மாநாட்டு செய்திகளையும் வெளியிட்டார். சென்னையிலிருந்து வெளியான ஜஸ்டிஸ் பத்திரிகையில் வெளிவந்த செய்திகளையும் பிற பத்திரிகைச் செய்தி என்னும் தலைப்பில் வெளியீடு செய்தார்.

இந்திய செய்திகள் மட்டுமல்லாது ஜான் ஸ்டூவர்ட் மில்லின் கருத்துக்கள், ஆபிரகாம் லிங்கன்,

புக்கர் டி வாஷிங்டன்[158] இவர்களின் வாழ்க்கை வரலாற்றுச் செய்திகள், கறுப்பினத்தவர்களின் சமூக, பொருளாதார நிலைகளையும், அமெரிக்க, பிரிட்டிஷ் நாட்டின் அரசியல் கட்சிகளைப் பற்றியும் செய்திகளை வெளியிட்டுக் கிராமப்புற மக்களுக்கு அயல்நாட்டின் அரசியலிலிருந்து தமக்கான விடுதலையைக் கற்றுத் தந்தார். அம்பேத்கரின் பத்திரிகைகளில் இடம்பெற்ற அரசியல் உரையாடல்கள் உலகளாவிய சிந்தனை மரபிற்குள்ளாகத் தலித்துகளின் சிந்தனைகளையும் நிறுத்திவிட வேண்டும் என்கிற பேரார்வத்தையும் கொண்டிருந்தது. சமூக வாழ்வில் பொதுக் கருத்தை உருவாக்குவதிலும் சுதந்திரமான பொது வெளி என்பதை உருவாக்குவதிலும் செய்தித்தாள்களுக்கு முக்கியமான பங்கு உண்டு என்பதைச் சமூகவியலாளர் ஹெபர்மாஸ் விளக்குவார்.[159] ஆனால் தலித்துகளின் வரலாற்றில் செய்தித்தாள்கள் தாம் அவர்களுக்கான 'பொது வெளி' என்பதையே உருவாக்கியிருக்கின்றன என தலைகீழாக மாற்றிச் சொல்வதே இங்குப் பொருத்தமானதாயிருக்கும்.

தன்னுடைய ஒவ்வொரு முயற்சியையும் மக்கள் முன்பாக எளிமையான சொற்களில், அழுத்தமான செய்திகளோடு, அறிவார்ந்த தொனியில் அம்பேத்கர் முன்வைத்தார். இலக்கிய மொழியோ, செறிவான உயர்ந்த நடையோ அங்குத் தேவைப்படவில்லை. எதிர்காலம் குறித்த நம்பிக்கைகளை விதைப்பதற்கும், ஜாதியற்ற சமூகத்திற்கு எது தேவை என்பதையும் மக்களிடத்தில் ஆதாரமாகக் கொண்டு சென்றார். இது ஒடுக்கப் பட்ட மக்கள் துணிவுடன் நிற்கவும், தங்கள் உரிமைகளைக் கேட்கவும், விவாதிக்கவும் அவர்களுக்கு உணர்வைத் தந்தது. ஹிந்து மதம் குறித்த விமர்சனங்கள், ஜாதியைக் குறித்த விமர்சனங்கள், பிற அமைப்புகள் இயக்கங்கள் மீதான விமர்சனங்களும் அதற்கான பதிலுரைகளும் வெளிப்படையாக மக்களிடத்தில் விவாதிக்கப்பட்டு அதுவரையிருந்த கருத்தியல் முறைகளிலிருந்து அவர்களைப் புதிய சிந்தனை போக்கிற்கு நேராக வழிநடத்திச் சென்றன. அதற்குச் செயற்பாட்டாளர்களே எழுத்தாளர்களாக வும், எழுத்தாளர்களே செயற்பாட்டாளர்களாகவும் இருந்தது முக்கியமானதொரு காரணியாகும்.

அம்பேத்கரின் பத்திரிகைகள் வலிகளையும், தீண்டாமையின் கொடூரத்தையும் மாத்திரம் பேசி மக்களின் இரக்கத்தைப் பெற விரும்பாமல், வலியை உணர்வாக மாற்றி மேல்–கீழ், உயர்வு – தாழ்வு, புனிதம் – தீட்டு என்பதையெல்லாம் உடைத்துக் கொண்டே வந்தது. முந்தைய அடையாளங்களையும் வரலாற்றையும் அரசியலையும் மாற்றுவதற்கான அழைப்பாக ஒவ்வொரு பக்கமும் அமைந்தது. எல்லாக் கட்டுரைகளிலும்

தலையங்கங்களிலும் மக்கள் தங்களுக்கான அறிவைப் பெருக்கிக் கொள்வதையே அம்பேத்கர் கவனப்படுத்திக்கொண்டிருந்தார். மானுடத் தன்மையை உயர்த்திப் பிடித்தார். உங்களுடைய பலத்தை அறிந்துகொள்ளுங்கள், விதியை நம்பாதீர்கள், கல்வியை நம்புங்கள். நல்ல பண்புகளை வளர்த்துக்கொள்ளுங்கள். நாம் போராடுவோம், ஆளும் இனமாக மாறுவோம். நியாயம் எதுவோ அதையே செய்யுங்கள் என்பார். அதே நேரத்தில் சுயமரியாதையோடு தங்களை உயர்த்திக்கொள்வதிலும் அதிகாரத்தைப் பெற்றுக்கொள்வதிலும் ஒடுக்கப்பட்டவர்கள் மீதான அக்கறையையும் அதில் தொடர்ச்சியானதொரு சிந்தனை முறையையும் இடம் பெற்றிருந்த எல்லாச் செய்திகளிலும் காண முடியும். அந்தச் செய்திகள் முதன்முறையாக ஒரு தலைவரின் பின்னால், ஒரு அமைப்பின் பின்னால் நீதிக்கான உரிமைக் குரலையும், கல்வியின் முக்கியத்துவத்தையும் உணர்ந்து கொள்ளச் செய்தது. ஒன்றிணைக்கப்பட்ட குழுவாக எதிர்காலத்தில் செய்து முடிக்க வேண்டிய பணிகளையும் வலியுறுத்தியது.

அம்பேத்கரின் முதல் இரண்டு பத்திரிகைகளும் தொடங்கப் பட்ட 1920–30ஆம் ஆண்டுகள் அவருடைய வாழ்க்கையின் மிக முக்கியமான காலகட்டமாகும். வெளிநாடுகளில் அவருடைய உயர் கல்வி, குடும்பத்தில் வறுமை, தன்னுடைய குழந்தைகளின் திடீர் மரணம், அரசியல் நுழைவு, போராட்டத்திற்கான தயாரிப்புகள் என அவரைச் சுற்றியிருந்த பல நெருக்கடிகளுக்கு இடையில் பத்திரிகையை தொடங்கிய அம்பேத்கருக்கு எந்த அளவில் தன் சமூகத்தின் மீதான அக்கறை இருந்தது என்பதை நம்மால் உணர முடியும். ஆனால் பெரும் பொருட் செலவினையும் நேரத்தையும் பத்திரிகைகளுக்காகக் கொடுக்க வேண்டியிருந்தது. தன்னை ஒரு செயல்பாட்டாளராக எப்போதும் முன்னிறுத்திக்கொள்ளும் அம்பேத்கருக்கு, ஒன்றிலிருந்து இன்னொன்று அதிலிருந்து மற்றொன்று எனப் புதிய புதிய யுக்திகளைப் பரிசோதனையாகச் சமூக அரசியல் விடுதலைக்கான பாதையில் இடைவிடாது உழைத்த அவரே செய்தி சேகரிப்பாளராகவும் அவரே பிழை திருத்துபவராகவும் அவரே வெளியீட்டாளராகவும் இருக்க வேண்டியிருந்தது. மாதச் சம்பளம் கொடுத்து யாரையும் அவர் பணியாளராக நியமித்துப் பத்திரிகையை நடத்த முடியவில்லை. அவருடைய மக்களின் நிலையும் நிதியைத் தாராளமாகக் கொடுக்கக் கூடிய நிலையில் இல்லை.

மிகவும் கடினமான சூழ்நிலையில் மக்களிடமிருந்து சிறுகச் சிறுக பாரத் பூஷன் அச்சக நிதியாக இருபதாயிரம் ரூபாய் சேகரிக்கப்பட்டு அந்தத் தொகையில்[160] தற்காலிக இடத்தில்

அச்சகம் நிறுவப்பட்டது. பின்னர் 1942ஆம் ஆண்டு சொந்தமாக தாதரில் ஒரு இடம் வாங்கி அண்மைக்காலம் வரை அந்த அச்சகம் பாதுகாக்கப்பட்டது. அச்சகத்தை 'மக்கள் சொத்து'. இதில் எவ்விதமான தவறும் நடைபெறாமல் இருப்பதற்கு நான் பொறுப்பானவனாகயிருக்கிறேன் என வெளிப்படையாகத் தன்னுடைய மகன் யஷவந்தை எச்சரித்துக் கடிதம் எழுதியதை[161] பத்திரிகைகளுக்கு அம்பேத்கர் கொடுத்த முக்கியத்துவத்தையும் அவரது பொறுப்புணர்வையும் அறிந்துகொள்ள முடியும். 1946ஆம் ஆண்டின் தேர்தல் பிரச்சாரத்தின் போது தலித்துகள் தேர்தலில் வெற்றி பெற்றுவிடக் கூடாது என்பதற்காக ஆதிக்க ஜாதியினரால் தலித்துகளின் குடியிருப்புப் பகுதிகளைத் தாக்கி நான்கு பேர் படுகொலை செய்யப்பட்டபோது இந்த அச்சகம் முற்றிலுமாக எரிக்கப்பட்டது. அங்கிருந்த நூல்களும் பத்திரிகைகளும் கைப்பிரதிகளும் அச்சுப் பிரதிகளும் தீக்கிரையாயின.[162] இப்படியான பல்வேறு நம்பிக்கையிழந்த சூழ்நிலையில்தான் தம் மக்களுக்கு நம்பிக்கையைத் தருவதற்கு முயற்சித்தார். சமூகத்தில் தாங்கள் யார் என்று அறிந்து கொள்ள முடியாத சூழலில் தாங்கள் யார் என்பதை அறிய வைத்தார். கல்வி மறுக்கப்பட்ட நிலையில் கல்வியின் முக்கியத்துவத்தைக் குறித்துப் பேசினார். அம்பேத்கருடைய மூக் நாயக், பகிஷ்கிருத் பாரத், ஜனதா, பிரபுத்த பாரத் ஆகிய நான்கு பத்திரிகைளும் அவருடைய அறிவாற்றலுக்கும் தலைமைத்துவத்திற்கும் விடுதலைக்கான யுக்திகளுக்கும் சான்றாக அமைகின்றன.[163] அவருடைய காலத்தில் அம்பேத்கர் மீது மக்கள் கொண்டிருந்த நம்பிக்கை, எதிர்நோக்கு, இயக்கமாக எவ்வாறு புதிய எழுச்சியை, உணர்வை எளிய மக்களிடத்தில் கொண்டு சேர்த்தது என்பதற்குச் சான்றாக இந்த இதழ்கள் செயல்பட்டிருக்கின்றன. வாழ்வாதாரத்திற்காகக் கையேந்தி கொண்டிருக்கும் நிலையை மாற்றி விடுதலை, அறநெறி, சமத்துவம், நீதி, சமவாய்ப்பிற்கான உரிமைக் குரல்களை அனைவரும் பெறுவதற்குரிய காலத்தை இந்தப் பத்திரிகைகள் அமைத்துக் கொடுத்தன எனலாம். நம்பிக்கையையும் விடுதலை உணர்வையும் ஊட்டியதோடு தனிநபராகவும் பெற்றோராகவும் சமூகத்தின் உறுப்பினராகவும் செய்து முடிக்க வேண்டிய கடமைகளையும் அடிக்கோடிட்டுக் காண்பிக்கின்றன.

ஒடுக்கப்பட்டவர்களுக்கு எதிராகத் தொடுக்கப்படுகின்ற வன்கொடுமைகளைக் குறித்து விவாதிப்பதும் அதைக் களைவதற்குரிய வழிமுறைகளைக் கண்டறிவதுமே அவர்களை முன்னேற்றுவதற்குரிய வழி, அரசியல் அதிகாரத்தையும் அறிவாற்றலையும் பெற்றுக்கொள்வதற்குப் போராட்டமும்

தொடர் முயற்சியும் அடிப்படையானது. தலித்துகள் சுதந்திர சிந்தனையாளர்களாகவும் அச்சமற்றவர்களாகவும் மாற வேண்டும் என்பது அவரது கனவு. அதற்குச் சமத்துவத்தையும் நீதியையும் உரைகல்லாக வைத்துக்கொண்டார். தலித்துகள் அன்றாடம் எதிர்கொள்கிற பிரச்சினைகள் இந்திய அளவில் கவனம் பெற வேண்டிய முக்கியத்துவத்தைத் தர வேண்டும். ஒடுக்கப்பட்ட மக்களை ஓரணியாகத் திரட்டுவதற்குரிய களமாகவும் மாற்றிக்கொள்வதற்குப் பத்திரிக்கை அவசியமானது என்கிற அம்பேத்கரின் உன்னத இலட்சியத்தை அவரது பத்திரிகைகள் நிறைவேற்றியிருக்கின்றன என்று உறுதியாகக் கூற முடியும். "சுயநலத்தை விட்டு, தம் மக்களைப் பற்றிச் சிந்தியுங்கள்" என்ற அம்பேத்கரின் சொற்கள் தாம் அவருடைய பத்திரிகைகளின் செய்தியாக நம் காதுகளில் இன்றும் ஒலித்துக் கொண்டேயிருக்கிறது.

குறிப்புகள்

1. ஜே.வி. பவாருடன் நடத்திய தொலைபேசி உரையாடல்கள், அவருடைய நூல்கள், பத்திரிகை நேர்காணல்கள்.
2. Kamble. B.R. Mooknayak. Dr. Babasaheb Ambedkar Research Institute in Social Growth. Kolhapur. 2010. Kamble. B.R.Bahishkrit Bharat. Dr. Babasaheb Ambedkar Research Institute in Social Growth. Kolhapur. 2011, Kamble. B.R. Samata. Dr. Babasaheb Ambedkar Research Institute in Social Growth. Kolhapur. 2018.
3. Natarajan.S. A History of the Press in India. Asia Publishing House. Bombay. 1962.
4. D.C. Ahir. The Great Conversion: Dr.Ambedkar's Pilgrimage to Buddhism. in B.R.Ambedkar. ed. M.L.Ranga. Manohar. New Delhi. 2000.
5. K.R.Narayanan. Selected Speeches. Vol 2. Jan 2000 to July 2002. Publication Division. New Delhi. 2004. P.59, and K.R. Narayanan. A Tribute to Dr. B.R.Ambedkar. in Sudharshan Agarwal. ed. Dr.B.R.Ambedkar: The Man and His Message: A Commemorative Volume. Prentice Hall of India Private Ltd. New Delhi. 1991., A.M. Rajasekhariah and Hemalata Jayaraj. Political Philosophy of Dr. B.R.Ambedkar. The Indian Journal of political Science. Vol 52.No.3 July- Sep 1991. வேறு ஆய்வாளர்களும் அம்பேத்கருடைய பன்முகத் தன்மையைக் குறிப்பிட்டிருக்கிறார்கள், குறிப்பாக ஜெலியட்(1998), ஓம்வெத்(1994) ஜாஃபிரிலாட்டின் (2005) ஆய்வுகள்.
6. மிகச் சொற்ப எண்ணிக்கையில் ஊடங்களில் பணி யாற்றுகிற தலித்துகளும் தங்களுடைய பணித்தளங்களில் பாகுபாட்டையே எதிர்கொள்கிறார்கள். இதில் பிபிசி போன்ற பன்னாட்டு ஊடகங்களும் விதிவிலக்கல்ல. மேலும் பார்க்க: outlookindia.com/website/story/india-news-dalit-journalist-accuses-bbc-hindi-of-caste-discrimination-mental-

torture-report/336203 and Antonio Filipe Fonsela and Sohhom Bandyopadhyay et.al. Caste in the News: A Computational Analysis of Indian Newspapers. Social Media and Society. Oct- Dec. 2019.

7. Further see. Times of India. 25.11.1973 and Eds.Mulk Raj Anand and Zelliot. 1992.

1920களிலேயே அமெரிக்கப் பத்திரிகைகளில் ஆப்பிரிக்க அமெரிக்கர்களின் கதைகள் என்னும் தனித்த பகுதிகள் வெளிவரத் தொடங்கி விட்டன. ஆனால் இந்திய பத்திரிகைகள் இன்னும் அதைத் தேவையானதாகக் கருதவில்லை என்கிறார் ஊடக ஆய்வாளரான ராபின் ஜெஃப்ரி. See: Robin Jeffrey. 2000

8. *உலகத்தின் அனைத்துப் புனித நூல்களின் பக்கங்களை யும் கிழித்து மலம் துடைத்துப் போட வேண்டும் என்று எழுதியவர் இறுதிக் காலத்தில் சிவசேனா கட்சியில் இணைந்து கொண்டது பெரும் முரண்நகையாகயிருந்தது.*

9. Bulletin of Concerned Asian Scholars. Vol: 10. No.3. July – Sep.1978.

10. Black Scholar. Vol.15.No.6. Nov- Dec. 1984

11. *இந்த ஆண்டு வழக்கத்திற்கு மாறாகப் பல தனியார் நிறுவனங்கள் குறிப்பாக டால்மியா சிமெண்ட், ஜே.கே பேப்பர்ஸ், ஸ்கோடா, ஹோண்டா கார் கம்பெனிகள் உள்ளிட்ட பல நிறுவனங்கள் அம்பேத்கரின் பிறந்த நாளுக்கு வாழ்த்துகளைத் தெரிவித்தன.*

12. Canada University, Harvard University, Newyork *லுள்ள* Sycracuse University *களில் அம்பேத்கரின் பிறந்த நாளை முன்னிட்டு கருத்தரங்குகள் நடைபெற்றன. ஊடகங்களில் பிரதிநிதித்துவம் என்னும் தலைப்பில் புகழ்மிக்க ஊடக ஆளுமையான கென்னத் கூப்பரும் ஹார்வர்டு பல்கலைக்கழகத்தில் உரையாற்றினார். (11.10.2018.)*

13. *The Hindu* 17.11.2019, *Indian Express* 20.10.2019.

ஜெர்மானிய செய்தி நிறுவனமான Dectsche Welle, Irish Times, The Guardian, The Time, The New York Times, The Statesman, The Mirror*போன்ற அயல்நாட்டுப்பத்திரிகைகளும் உடனடி யாகத் தலித்துகளைப் பற்றிய செய்திகளை வெளியிடுகின்றன.*

14. *சந்திரபான் பிரசாத் 'தலித் டைரி' என்னும் தலைப்பில் தி பயனீர் நாளிதழிலில் தொடர்ந்து தலித்துகள் மீது தொடுக்கப்படுகிற வன்கொடுமைகளைப் பற்றிக் கட்டுரையாக எழுதினார். அவை*

தொகுக்கப்பட்டு நூலாகவும் பின்னாளில் வெளியானது. *(Navayana. 2005)*

15. *2015ஆம் ஆண்டிலிருந்து தொடர்ச்சியாக வெளிவந்தது.*
16. *28.10.2020*
17. *28.1.2011* Frontline, 13.10.2019 *The Hindu*
18. See. thewire.in/article/caste/india-prisons-caste-labour-segregation
19. June *2, 2003*
20. *01.08. 2016 இதழ்*
21. *10.06.2010 இதழ்*
22. The Open. Aug *2016.*
23. bbc.com/news/world-asia-india-54418513
24. *Outlook* 19.10.2020, *The Open* 19.10.2020, *India Today* 19.10.2020
25. அதே நேரத்தில், வன்கொடுமைகள் நிறைந்த ஜாதிய சூழலில் தலித்துகள் உயர்கல்வியைக் கற்கத் தொடங்கும் போது எவ்வாறு பலியாக்கப்படுகிறார்கள் என்பதைப் புள்ளிவிபரங் களோடு பேராசிரியரும் ஆய்வாளருமான கிறிஸ்டோஃபி ஜாஃபிரிலோ ஒரு கட்டுரையை எழுதினார். *காண்க:* Indian Express *18.02.2016*
26. *22.9.2006, 30.4.2014, 27.09.2019*
27. June *2020*
28. www.bbc.com/news/world-asia-india-43972841
29. www.newindianexpress.com/world/2020/may/05-manual-scavenging-a-caste-based-discrimination-that-persists-in-pakistan-2139413.html and www.nytimes.com/2020/05/04/world/asia/pakistan-christians-sweepers-html
30. *Outlook*. 24.08.2020, *The Caravan*. July 2020
31. இந்த மாநாட்டில் *80,000* அம்பேத்கரியர்கள் கலந்த கொண்டதாக *தி காரவன்* இதழ் பதிவு செய்து குறிப்பிடத் தகுந்த கட்டுரையை வெளியிட்டது. காண்க: மார்சு *2020* இதழ்.
32. *23.02.2020 தமிழ் ஹிந்து.*

இதேபோன்றே பீமா கோரேகானில் தலித்துகள் மீது கடும் தாக்குதல் நடத்தப்பட்ட போது அதற்கு எதிர்வினையாற்றிய தலித்துகளுக்கு ‘தலித்துகளின் போராட்டம் மகாராசுடிராவை இழுத்து மூடியது’ ‘உள்ளூர் ரயில் சேவை பாதிக்கப்பட்டது’ ‘போராட்டக்காரார்கள் மும்பையில் சாலை மறியல்,

கட்டாயக் கடை அடைப்பு' எனப் பத்திரிகைகள் செய்திகளைத் தலைப்பாக வைத்தன.

33. *11.7.2012. 20.5.2015. 21.6.2017.* விகடன் நேர்காணல்கள், ஹிந்து தமிழ், ஆங்கில நேர்காணல்கள். மற்றும் www.newindianexpress.com/states/tamil-nadu/2020/nov/07/vck-the-new-face-of-anti-hindutuva-politics-2220423.html

34. Vasant Moon. Dr. Babasaheb Ambedkar.(2002.)

35. மகாராசுடிரா அரசு வெளியிடுவதற்கு முன்பே டாக்டர் அம்பேத்கரின் உரைகள் அடங்கிய முதல் தொகுப்பை *1963*ஆம் ஆண்டு வெளியிட்டார்.

36. Dwaipayan Sen. 2018:106

37. Keer. P.295. English. and Mohandas Ramishrey.

38. Nanak Chand Rattu. With Babasaheb till the End. In K.N.Kadam. ed. Dr. Ambedkar. The Emancipator of the Oppressed. A Centenary Commemoration Volume. Popular Prakashan. Bombay. 1993. P. 241.

39. அம்பேத்கர் நூல் தொகுதி *17. (3)* ப. *346–50*

40. vol .1. 227

41. vol .1. 357

42. பாம்பே கிரானிக்கல் பத்திரிகை அம்பேத்கருடைய பொது வாழ்வின் தொடக்கத்திலிருந்தே அவரைப் பற்றிய செய்திகளைத் தொடர்ந்து வெளியிட்டு வருகிறது என்று ஆய்வாளரும் பேராசிரியருமான ராமச்சந்திர குஹா நேர்மறையாகக் குறிப்பிடுகிறார். The Telegraph 14.10.2016.

43. *10.11.1931.* ப. *50.* Source Material

44. *27.11.1931.* அதே

45. அதே. ப. *68–69*

46. Glorney Bolton. Tragedy of Gandhi. George Allen.London. 1934.

47. அம்பேத்கர் *17.(3.) 242–72* அழுத்தம் என்னுடையது.

48. கீர். *582–583,* மூன் *210.*

49. Jane O Boyle. The Newyork Times and Times of London on India Independence Leaders Gandhi and Ambedkar 1920-1948. American Journalism. 35:2. 2018.

50. காந்தி தன்னுடைய ஹரிஜன் பத்திரிகைக்காக அம்பேத்கரிடம் ஒரு கட்டுரையைக் கேட்டபோது முதலில் அவர் மறுத்து விட்டார். பிறகு 'ஹிந்துக்கள் என்னுடைய கருத்தைக் தெரிந்து

கொள்ளட்டும்' என்று எழுதினார். ஹரிஜன், பிப்ரவரி, 11. 1933, ப.3.

51. இந்த நேர்காணல்கள்; நூலாக வெளியிடப்பட்டிருக்கின்றன. காண்க: பா.பிரபாகரன், பா. சாந்தக்குமார். (மொழிபெயர்ப்பாளர்கள்) அம்பேத்கர் நேர்காணல்கள், வாசல், மதுரை 2019.

52. இந்த நூற்றாண்டின் மிகச்சிறந்த அறிஞர்களில் ஒருவர் என அம்பேத்கரை அந்த இதழ் குறிப்பிட்டு சிறப்பித்தது.

53. Suraj Yangde. Hundred Years and Dalit Journalism of Ambedkar's first Newspaper Mooknayak. 31. January 2020, BBC Hindi and Eds. Suraj Yangde, Anand Teltumbde.. Radical Ambedkar. Penguin. NewDelhi.2018

54. Time Magazine 16.3.1936 and 19.6.1950.

55. Time Magazine 19.1.1950.

56. As quoted in Sankarashita 1986. Ambedkar and, Buddhism. Blake Clarke. Reader's Digest. 1950

57. December 2006, Augest 2017.

58. 16.12.2015 Aljazeera News.

59. outlookindia.com/outlooktraveller/exlore/story/71117/br-ambedkar-statues-across-india

60. The Guardian, 30.4.2011.

61. ஆனந்த் தெல்தும்ப்டே இந்தக் கருத்துக் கணிப்பை 'ஊடகங்களின் நகைச்சுவை நிகழ்வு' என்கிறார். காண்க: Anand Teltumbde. Babasaheb Ambedkar and Farcial Greatness Pageant. Countercourrents Blog. 10.09.2012.

62. www.thehindubusinessline.com/blink/cover/resurgence-of-an-icon/article8447300.ece

63. 01.08.2020 The Hindu, Times of India, 18.4.2015

64. 26.6.2016 தினமணிக் கதிர்

65. Unnamati Syama Sunder. ed. No Laughing Matters. The Ambedkar Cartoons. 1932-1956. Navayana. NewDelhi. 2019.

66. அம்பேத்கர் என்னும் அடையாளம் இதுவரையிலும் தலித்துகளாலும் ஒடுக்கப்பட்ட சமூகங்களாலும் எதிர்ப்பியக்கங்களின் மையப்புள்ளிகளாக இருந்தது. ஆனால்

புதியதொரு திருப்பமாக இந்தியாவின் மரபான அரசியல் எதிர்ப்பு வரலாறு மாறியிருக்கிறது. அம்பேத்கர் இப்போது எல்லா இடங்களிலும் இருக்கிறார். பெங்களூரில் நடைபெற்ற போராட்டத்தின்போது காந்திய வரலாற்றாய்வாளரான ராமச்சந்திர குஹாவின் கையில் இருந்தது காந்தி அல்ல அம்பேத்கரே என News 18 channel எழுதியது. www.news18.com/news/onion/why-ambedkar-has-replaced-gandhi-as-the-new-icon-of-resistance-and-social-awakening-2437333.html, also Ref. The Hindu. 03.02.2020.

67. அம்பேத்கர் பௌத்தம் தழுவிய 50ஆம் ஆண்டு பொன் விழாவின் போது நாக்பூரில் 20 இலட்சம் தலித்துகள் கூடினார்கள். ஆனால். அதை ஊடகங்கள் கவனப்படுத்த வில்லை என ஐ.ஏ.எஸ் அதிகாரியும் எழுத்தாளருமான டாக்டர் ராஜ சேகர் வுண்டுரு குறிப்பிடுகிறார். *Times of India*. 14.10.2006

68. A.Ramaiah . ed. Contemporary Relevance of Ambedkar Thoughts. Rawat Publications. Jaipur. 2017. and The Hindu 18.1.2008.

69. *2.12.2012, 7.12.2012*

70. *18.1.2008.* the Hindu

71. பார்க்க:www.scroll.in/article/823469/on-ambedkars-both-death-anniversary-media-proved-that-he-was-untouchable-in death-as-in-life இங்கிலாந்தின் மிரர் இணைய ஊடகத்தில் ஐந்து ஆண்டுகளுக்கு முன்பு வெளியான பிறந்த நாள் கட்டுரையில் அம்பேத்கரை இந்தியாவின் ஜாதிய அமைப்பை உடைப்பதற்கு உதவி செய்தவர் எனக் குறிப்பிட்டது.(www.mirror.co.uk/news/world-news/br-ambedkar-profile-economist-who-5516566)

72. *Telegraph* 22.11.2008

73. timesofindia.indiatimes/city/Nagpur/by-discarding-hinduism-i-am-reborn-said-br-ambedkar/articleshow/54786309.cms

74. *The Hindu* 9.4.2012, Robin Jeffrey. The News Paper Revolution and India's Newspaper Revolution: Capitalism, Politics and the Indian-language Press. 2003 and Media and Modernity 2013 and http://www.thehindu.com/books/literary-review/mini-krishnan-on-translating-publishing-reading-dalit-writers/article7903879.ece

75. Rosalind o' hanlon, Zelliot, and Omvedt. Building the Revolution: Sambhaji Tukaram Gaikwad and the Konkan Dalits. Bhashya Prakashan. Mumbai. 2011.

76. Encyclopedia of Dalits in India, Zelliot, Omvedt, Dalit visions

77. Omvedt. Understanding Caste. P. 40

78. S.P.Punalekar. Dalit Literature and Dalit Identities. In Ed. Ghansyam Shah. Dalit Identity and Dalit Politics, Cultural Subordination and the Dalit Challenge. Vol 2. Sage Publications. New Delhi. 2001. P. 214-241

79. Encyclopedia of Dalits in India and kshirsagar, A.Rao.

80. அம்பேத்கருக்கு முன்பு தலித்துகளால் நடத்தப்பட்ட நான்கு பத்திரிகைகள் இருந்தன. (Zelliot. 1970)

81. Badri Narayan. Women Heros and Dalit Assertion in North India: Culture, Identity and Poltics. Sage Publications. New Delhi. 2006.

82. Balasubramaniyam. J. Dalits and Print Media. Doctoral Thesis. MIDS. 2012. and The Telegraph. 28.1.2021.

83. முப்பதுக்கும் மேற்பட்ட தலையங்கங்களை டாக்டர் அம்பேத்கர் பகிஷ்கிருத் பாரத்தில் எழுதினார்.

84. அம்பேத்கர் பத்திரிகைகளைத் தொடங்கியபோது பிராமணர்களும் பார்சி சமூகத்தவர்களும் ஆங்கிலோ இந்தியர்களும் பெரும்பான்மையாகப் பத்திரிகைகளை நடத்திக்கொண்டிருந்தார்கள். அதில் பக்தி, ஆன்மீகம், தேசியம் குறித்த செய்திகள்தாம் அதிகளவில் இடம்பெற்றிருந்தன. அதன் வாசகர்களாகப் படித்த மேல் தட்டு மக்களும் அரசு அதிகாரிகளும் பெரும் வியாபாரிகளுமாக இருந்தனர். இருபதிற்கும் மேற்பட்ட பத்திரிகைகள் காங்கிரசுக்கு ஆதரவாகச் செய்திகளை வெளியிட்டுக்கொண்டிருந்தன. காங்கிரசு கட்சியினுடைய தாக்கம் மக்களிடத்தில் இருப்பதற்கு ஊடகமும் பணபலமும்தான் முக்கியக் காரணங்கள் என்று அம்பேத்கர் தன்னுடைய உரைகளிலும் குறிப்பிட்டிருக்கிறார். (எ.கா. நாக்பூர் மாநாடு 1942)

85. 31.1.1920. மூக்நாயக். 1827ஆம் ஆண்டு கறுப்பினத்தவர்கள் தங்களது முதல் இதழான Freedom Journal ஐ வெளிக்கொணர்ந்த போது ஏறக்குறைய இதே போன்றதொரு நோக்கக் குறிப்பினைக் காண முடியும். 'எங்களுக்காக மற்றவர்கள் நீண்ட காலம் பேசிவிட்டார்கள். எங்களுக்காக நாங்களே பேச விரும்புகிறோம். எங்களுக்கு நெருக்கமாக, தொடர்புடைய அனைத்தையும் தவறாகவே சித்திரித்து மக்களை நீண்ட காலமாக ஏமாற்றி வந்திருக்கிறார்கள்' எனவே நாம் நமக்கான இதழைத் தொடங்குகிறோம் எனக் குறிப்பிட்டார்கள். See further. Henry Vance Davis. 1992. and Jacqueline Bacon.2007. Freedom's Journal: The First African American Newspaper. Lexington Books, UK.

86. *3.4.1927. ப. பாரத், மூக்நாயக். ப.5.*

87. Prabodhanpol. m.thewire.in/caste/the-journalistic-legacy-of-b-r-ambedkar-the-editor நெருக்கடியான காலகட்டங்களிலும் பத்திரிகைக்காக சாகு மகாராஜா உதவி செய்தார். ஒரு முறை எழுநூறு ரூபாயும், மற்றொரு முறை ஆயிரம் ரூபாயும் அளித்து அதன் வளர்ச்சிக்குத் துணை நின்றார். B.D Khane. Chatrapati Shah's Crusade against untouchability. Critical Quest. New Delhi. 2006.

88. Prabodhan pol. m.thewire.in/article/media/mooknayak-ambedkar-newspaper and Ed. Anupama Rao. Memoirs of a Dalit communist. 2019

89. அம்பேத்கர் அரசு கல்லூரியில் விரிவுரையாளராகப் பணியாற்றியதால் பத்திரிகையின் ஆசிரியர் பொறுப்பை ஏற்க முயடிவில்லை என வசந்த் மூன் குறிப்பிடுகிறார்.

90. பகிஷ்கிருத் ஹிதகாரணி சபையின் சார்பாக மாணவர்களால் சரஸ்வதி மஹால் என்னும் மாதப் பத்திரிகையும் நடத்தப் பட்டது.

91. op.cit. Prabodhan pol and B.R. Kamble.

92. Source Material p.2.

93. Op.cit. Prabodhan pol.

94. ஓராண்டு வரையிலும்கூட இப்பத்திரிகை நீடிக்கவில்லை. 1929ஆம் ஆண்டு மார்ச் மாதம் 15ஆம் தேதி இப்பத்திரிகை நிறுத்தப்பட்டது. பகிஷ்கிருத் பாரத் பத்திரிகையும் பலமுறை நிதி நெருக்கடியின் காரணமாக வெளிவரவில்லை. சில நேரங்களில் கூட்டிதழ்களாக வெளிவந்தது.

95. Zelliot. Ambedkar World, And Mohandas Namishray. Dr.Ambedkar and Press. இந்திய அரசாங்கத்தின் பொது செய்தி பிரிவின் அறிக்கையொன்று ஜனதா பத்திரிகையைத் தீண்டப்படாதவர்களுக்காக வாதிடுகிற, தாக்கம் செலுத்துகிற, காங்கிரசை அழுத்தமாக விமர்சிக்கிற பத்திரிகை எனவும் அப்பத்திரிகையைப் பற்றிய குறிப்பினைத் தருகிறது. (Govt of India.1941.)

96. மூன். ப. 127. அந்தப் பத்திரிகையின் பெயரைப் பற்றிய குறிப்பு ஏதும் கிடைக்கவில்லை.

97. இதே பெயரில் சுவாமி விவேகானந்தரும் 1896ஆம் ஒரு பத்திரிகையை நடத்தினார்.

98. K.N.Kadam, Dr.Ambedkar and Significant of the Movement. P. 23.

99. Mohandas. P 125.

100. வாசகர் கடிதங்கள் வெறும் பாராட்டுக் கடிதங்களாக இல்லாமல் வன்கொடுமைகளையும் விடுதலைக்கான பிற செய்திகளையும் பதிவு செய்வதாக இருந்தன. நம்முடைய காயங்கள் பகுதியில் எழுதியவர்களின் பெயர்கள் குறிப்பிடப்படாமல் 'ஒரு தீண்டப்படாதவர்' என்பதே ஆசிரியரின் பெயராகப் பதிவு செய்யப்பட்டது.

101. Pawar We also Made History. Zubban. New Delhi.2008.

102. பிரபுத்த பாரத். 15.02.1958.

103. அம்பேத்கருக்கும் தனிப்பட்ட விதத்தில் பொழுதுபோக்குக் குரிய பல்சுவை நூல்களை வாசிக்கும் பழக்கமில்லை என அவருடைய உதவியாளர்கள் குறிப்பிடுகிறார்கள்.

104. G. Omvedt. Ambedkar and Dalit Labour Radicalism: Maharastra, 1936-1942. South Asia Bulletin. Vol 10. No.1. 1990. P.14.

105. Op.cit. Prabodhan pol.

106. காந்தியினுடைய அரசியல் நுழைவிற்கு முன்பு வரையிலும் காங்கிரசினுடைய பிரச்சாரமனைத்தும் ஆங்கிலம் படித்த உயர்குடி மக்களிடம் மட்டுமே நடைபெற்றது. அப்படியாக ஒரு வர்க்கத்தினருக்குரியதாக அம்பேத்கர் தன்னுடைய பத்திரிகைகளை வடிவமைத்துக்கொள்ளவில்லை. அவருடைய இயக்கம் முதலில் நகரத்தை மையப்படுத்தியே தொடங்கப்பட்டதாக இருப்பினும் கிராமங்களில்தான் அவருடைய கவனம் இருந்தது. Columbia University Record. Nov.3. 1995. Vol.21.No.9, E.Zelliot 2001, C.Jaffrelot, G.Omvedt, V.Roderigues, Gauri Viswanathan 1998, Suraj Yengde and Anand Teltumbde 2018.

107. E.Zelliot. Encyclopedia of Religion. Ed. Lindsay Jones. Vol.1. Macmillan Reference. USA. 2005

108. அம்பேத்கருடைய பத்திரிகையின் மொழிநடை மிகவும் எளிமையானதாக இருந்ததாக அவருடைய உடன் பணியாளரும் நண்பருமான சிவதார்கர் குறிப்பிடுகிறார். இங்கு காந்தி தன்னுடைய யங் இந்தியா பத்திரிகையை 'உயர் வர்க்கத்தின் வார இதழ்' என்று அச்சிட்டு விளம்பரப்படுத்தியதையும் ஒப்புநோக்கலாம்.

109. ஜனதா. 15.12.1945. quoted in jadha

110. Janata 15-22. Sep 1951. Quoted in Jadhav. Vol.1. 335.

111. மூக். ப.10.

112. ப. பாரத். 03.04.1927

113. ஜனதா. 1.10.1938.

114. Pawar. 79–80

115. ஜனதா.26.02.1938.

116. அந்த இதழின் பெயர் குறிப்பிடப்படவில்லை.

117. ப. பாரத். 13.4.1929

118. இதே செய்தி ஹிந்துஸ்தான் டைம்ஸ் (16.4.1949). மற்றும் சென்னையிலிருந்து வெளியான ஜெய்பீம் இதழிலும் இடம் பெற்றிருந்தது. (13.4.1947)

119. 14.8.1920

120. 28.2.1920. மூக்நாயக்

121. 17.3.21. ப. பாரத்.

122. Omvedt. Democratic Revolution. P.228, Santhosh Suradkar. Mukti Kon Path Ke. Economic and Political Weekly. 9.12.2017. Vol. Lii. No 49.

123. தமிழகத்திலிருந்த குத்தகை முறையைப் போன்றது இந்தக் கோத்திமுறை. அம்பேத்கருடைய இயக்கம் கம்யூனிஸ்ட் இயக்கத்தோடு இணைந்து செயல்பட்டதைப் போன்றே அவருடைய பட்டியல் இனத்தோர் கூட்டமைப்பும் (SCF) தமிழகத்தில் குறிப்பாகத் தஞ்சை வட ஆற்காடு மாவட்டங்களில் இணைந்து செயல்பட்டது.

124. ஜனதா. 22.8.1936

125. ஜனதா. 28.5.1938

126. ப. பாரத். 27.9.1929.

127. ஜனதா 13.3.1931. as quoted in The Tribune 23.3.2016. and www.forwardpress.in/2018/03/three-victims-ambedkars-editorial-on-bhagat-singhs-martyrdom/

128. Arjun Dangle. Dalit Literature: Past, Present and Future. in. Arjun Dangle. ed. Poisoned Bread. Orient Blackswan. New Delhi.1999.

129. ஹரிஜன் 11.2.1933

130. ஜனதா 20.11.1937

131. ஜனதா 3.2.1940 அன்று வெளியான கே.ஏ. டெக்டேவின் கவிதை வரிகள் சுருங்கிய வடிவில் இங்கே மொழியாக்கம் செய்யப்பட்டுள்ளது.

132. ஜனதா 27.8.1938. அன்று வெளியான கவிதை. இதில் குறிப்பிடப்பட்டுள்ள செங்கொடி என்னும் சொல்லாடல் டாக்டர் அம்பேத்கரால் நிறுவப்பட்ட இந்திய சுதந்திர தொழிலாளர் கட்சியின் சிவப்பு நிறக் கொடியைக் குறிக்கும்.

133. சமதா.21.09.1928

134. பண்ணை அடிமைகள் என்கிற சொல்லைப் பயன்படுத்தாமல் பண்ணைத் தொழிலாளர்கள் என்கிற சொல்லையே அம்பேத்கர் பயன்படுத்துகிறார். அவர்கள் தொழிலாளர்களே என்கிற வகைப்பாட்டிற்கு முழுமையாக அம்பேத்கர் அழுத்தம் தருகிறார்.

135. சைமன் கமிசனில் அம்பேத்கரால் முன்வைக்கப்பட்ட கருத்துக்கள் முழுமையாக பகிஷ்கிருத் பாரத் இதழில் வெளியாயின. தலித்துகள் எப்படிப்பட்ட நிலையில் இருக்கிறார்கள், அவர்களுடைய எதிர்காலம் என்ன என்பதை முழுமையாக விளக்கிப் பேசியவைகள் அனைத்தும் தம் மக்களிடத்தில் கொண்டு சேர்க்க வேண்டும் என்பதற்குரிய உந்துதலாக நாம் இதை ஏற்கலாம்.

136. 15.5. 1932. ஜனதா

137. 8.10.1932 ஜனதா.

138. அதே நேரத்தில் தலித்துகளுக்குத் தனியாகக் கோயில்கள் கட்டவேண்டும் என்னும் கோரிக்கை எழுந்தபோது அதைத் தான் எதிர்ப்பதாகவும் தெரிவித்தார். மூன் ப. 53.

139. ப. பாரத். மார்சு. 29 மற்றும் ஏப்ரல் 12. 1929

140. Y.S. Alone, Constructing Visuality as Conflicting Paradigm in (Ed.) Yeshodhara Hadke. Buddhism: Ambedkar Issues and Interrelations. Dhanwate National College. Nagpur. 2011

141. படிக்கத் தெரிந்த ஒருவர் செய்தித்தாளை வாசித்துக் காட்டி மற்றவர்கள் அதனைக் கேட்டு விவாதம் செய்து மதமாற்றம் குறித்து முடிவெடுத்தார்கள். அம்பேத்கருடைய இயக்கம் செலுத்திய தாக்கத்தினைப் பற்றி மேலும் அறிந்துகொள்ளவும். பார்க்க: வசந்த் மூனின் தன் வரலாறு. (vasant moon 2002) கெயில் ஓம்வெத்தும் நரேந்திர ஜாதவும் கிராமங்களில் அம்பேத்கருடைய பத்திரிகையை வாசித்துப் பிறர் கேட்டறிந்து விவாதிக்கும் பழக்கம் இருந்ததாகக் குறிப்பிடுகிறார். (Enlighted India) அம்பேத்கர் மட்டுமல்ல மற்றவர்களும் மதமாற்றம் குறித்த கட்டுரைகளைப் பகிஷ்கிருத் பாரத் பத்திரிகைகளில் எழுதினர்.

142. Jadhav. Vol2. P.51.

143. 03.04.1927. ப. பாரத்

144. ஹிந்துக்களிடமிருந்து வேறுபட்ட தனித்த மக்களாகத் தலித்துகள் கருதப்பட வேண்டும் என்கிற கோரிக்கையைத் தொடர்ந்து அம்பேத்கர் முன்னெடுத்து வந்தார். இதுவே தலித் அரசியலில் தனிவாக்குரிமைக்கான அடித்தளமாகவும் அமைந்தது.

145. ஜனதா 23.5.1936. (மேலும் பார்க்க தொகுதி 17:143).

146. 27.7.1936 ஜனதா

147. பிரபுத்த பாரத் 29.9.1956.

148. ஜனதா. 20.1.1951.

149. எம்.சி. ராஜாவுக்கு எதிரான மதமாற்றம் குறித்த அம்பேத்கரின் பதிலாகத் தரப்பட்டவைகள் முழு அறிக்கையாக வெளியிடப் பட்டன. ஜனதா. 15.8.1936.

150. 29.7.1927. ப. பாரத்

151. கீர் ப.124. மூன். ப. 51. ஆனாலும் ஜவல்கரும் ஜெதேவும் போராட்டத்தில் கலந்துகொண்டு உரையாற்றினார்கள்.

152. கேசரி என்பதற்கு சிங்கம் என்று பொருள்படும். 'ஹிந்துத்துவம்' என்கிற கருத்தாக்கம் உருவாகக் காரணமாக அமைந்ததற்கு இப்பத்திரிகையின் பங்களிப்பு அதிகமாகும். அப்படிப்பட்ட கருத்துக்களுக்குத்தான் கேசரி முக்கியத்துவம் அளித்து வந்தது. விநாயகர் ஊர்வலம் நாடெங்கும் நடத்தப்படுவதற்கும், பெரிய அளவில் விநாயகர் உருவங்களைப் பொது இடத்தில் வைத்து மக்களிடம் நன்கொடை வசூலித்து அதனை முழு மத அரசியலாக மாற்றியதற்கும் அப்பத்திரிகைக்குப் பெரும் பங்குண்டு. மேலும் விபரங்களுக்குப் பார்க்க: Richard cashman. 1970

153. 1950ஆம் ஆண்டுதான் இந்திய அரசாங்கம் தீண்டாமையைத் தண்டனைக்குரிய குற்றமாக அறிவித்தது. ஆனால் அம்பேத்கரும் அவருடைய இயக்கமும் இந்தக் கோரிக்கையை 1929ஆம் ஆண்டே முன்வைத்துப் பேசியது அம்பேத்கருடைய தொலைநோக்கிற்கு ஓர் எடுத்துக்காட்டாகும்.

154. மேலும் அறிந்துகொள்ள, பார்க்க: ஆங்கில நூல் தொகுப்பு 17, தமிழில் 36 மற்றும் 37 தொகுதிகள்.

155. 24.3.1956. Vol. 18.3. 464-6. and Jadhav

156. சவார்க்கர் மூன்றுமுறை கூட்டங்களில் பேசுவதற்கு அம்பேத்கருக்கு அழைப்பு விடுத்தும் வேலை நிறுத்தம் காரணமாக அம்பேத்கர் வர மறுத்துவிட்டதாக அம்பேத்கரின்

வாழ்க்கை வரலாற்றில் தனஞ்செய் கீர் குறிப்பிடுகிறார். அதேநேரத்தில் சவார்க்கர் பற்றிய வாழ்க்கை வரலாற்று நூலில் எவ்விதப் பயமுமின்றி முழு மனதோடு அம்பேத்கரின் போராட்டத்திற்கு ஆதரவு தெரிவித்த தலைவர் சவார்க்கர் தான் என்றும் பதிவு செய்கிறார். 1966: ப.182. அவ்வப்போது அம்பேத்கரின் ஜனதா பத்திரிகையும் சவார்க்கரைப் பாராட்டியும் எழுதியிருக்கிறது. 1931 மே, ஏப்ரல் 1933, மாத ஜனதா இதழ்கள்.

157. இந்தக் கருத்து கொங்கன் பகுதி கல்வி மாநாட்டிலும் வெளிப்பட்டது.

158. புக்கர் டி வாஷிங்டனின் தாக்கம் அம்பேத்கரிடத்தில் இருந்ததாக மொழிபெயர்ப்பாளர் அருண் பிரபா முகர்ஜி குறிப்பிடுகிறார். see. Joothan. 2003. Introduction by Arun Prabha Mukherjee.

159. Further details see. Jurgen Habermas. The Theory of Communicative Action. Polity Press. Cambridge. 1984, and Ed.Arvind Rajagopal. The Indian Public Sphere: Readings in Media History. Oxford University Press. 2009.

160. காவல் துறையின் இரகசியக் குறிப்புகள், அம்பேத்கர் வட்ட மேசை மாநாட்டிற்காக இங்கிலாந்து சென்றபோது 8500 ரூபாய்க்கு, சுமார் 1000 பிரதிகள் அச்சடிக்கக்கூடிய ஒரு அச்சு இயந்திரத்தை விலை கொடுத்து வாங்கியதாகவும் அதற்குரிய தொகை எங்கிருந்து பெறப்பட்டது என்பது சரியாகச் சொல்ல முடியவில்லை எனவும் குறிப்பிடுகிறது. (Source Material. 1982)

161. Hari Narke. ed. BAWS. vol. 21. 2006.p.236

162. Avinasj Dolas. Ambedkar Bhavan Demolition: Dispute or a Political Conspiracy. in Ed. Mahesh Bharatiya. The Historic Heritage of Ambedkar Bhavan Will Be Preserve It? Bhashya Prakashan. Mumbai. 2016. and மூன் 195.

163. மகத் போராட்டத்தினுடைய முழு நிகழ்ச்சிகளும், நேர வரிசைப்படியான அறிவிப்புகளும் பகிஷ்கிருத் பாரத்தில் வெளியானது. அதேபோன்று மதமாற்ற நிகழ்வின் முழு நிகழ்ச்சிகளும் நேர வரிசைப்படியான அறிவிப்புகளும் பிரபுத்த பாரத்தில் வெளியானது. மக்களைத் தம் அரசியல் செயற்பாட்டிற்கு வழிநடத்த அம்பேத்கருக்குப் பேருதவியாகப் பத்திரிகைகள் அமைந்ததற்கு இதுவொரு சான்றாகும்.

உதவிய நூல்கள்

1. Ahir. D.C. The Great Conversion: Dr. Ambedkar's Pilgrimage to Buddhism. in M.L.Ranga. ed. B.R.Ambedkar. Manohar. New Delhi. 2000.
2. Alone. Y.S. Constructing Visuality as Conflicting Paradigm in Yeshodhara Hadke. ed. Buddhism: Ambedkar Issues and Interrelations. Dhanwate National College. Nagpur. 2011.
3. Anand Mulk Raj and Zelliot. 1992. eds. An Anthology of Dalit literature. Gyan Publishing House. New Delhi. 1992.
4. Antonio Filipe Fonsela and Sohhom Bandyopadhyay et.al. Caste in the News: A computational analysis of Indian newspapers. Social media and society. Oct- Dec 2019.
5. Babasaheb Dr.Ambedkar Writings and Speeches. Volume 1 To 17. part. 3. Vasant Moon. ed. Dr. Ambedkar Foundation.. Ministry of Social Justice and Empowerment. New Delhi. Government of India
6. Balasubramaniyam. J. Dalits and Print Media: A Historical study. Doctoral Thesis. Madras Institute of Development Studies. University of Madras. 2012.
7. Balasubramaniyam. J. Dalit journals in Colonial Madras. 1869-1943. Economic and Political Weekly. vol. LV. No 42. oct.17. 2020.
8. Bolton. Glorney. Tragedy of Gandhi. George Allen.London. 1934.
9. Chandra Bhan Prasad. Dalit Dairy. 1999–2003. Reflections on Apartheid in India. Navayana. 2005.
10. Damle.Y.B. Dr.B.R.Ambedkar: Critique and Reconstruction. Dr. Ambedkar chair in sociology. JNU. New Delhi. 1999.
11. Dangle, Arjun Dalit Literature: Past, Present and Future. in Arjun Dangle. ed. Poisoned Bread. Orient Black Swan. 1992.
12. Dolas. Avinasj Ambedkar Bhavan Demolition: Dispute or a Political Conspiracy. In Mahesh Bharatiya. ed. The Historic Heritage of Ambedkar Bhavan: Will Be Preserve It? Bhashya Prakashan. Mumbai. 2016
13. Dwaipayan Sen. The Decline of the caste question. Cambridge University Press. United Kingdom.2018

14. Gail Omvedt. Towards Enlightened India. Penguin. New Delhi. 2008.
15. Gail Omvedt. Understanding Caste: from Buddha to Ambedkar and Beyond. Orient black Swan. Hyderabad. 2011.
16. Government of India. Guide to Prominent Newspapers and Periodicals in English and Indian Languages. Bureau of Public Information. New Delhi. 1941.
17. Habermas. Jurgen. The Theory of Communicative Action. Polity Press. Cambridge. 1984
18. Jadhav. Narendra. Untouchables: My Family Triumphant escape from india's caste system. University of California press. Berkeley. 2003.
19. Jadhav. Narendra. Ambedkar Speaks. Vol. 1-3. Konarak publication Private Limited. New Delhi. 2013.
20. Jaffrelot Christophe. Dr. Ambedkar and Untouchability; Analysing and Fighting Caste. Permanent Black. New Delhi. 2005.
21. Jane O Boyle. The New York Times and Times of London on India Independence Leaders Gandhi and Ambedkar 1920-1948. American Journalism. 35:2. 2018
22. Jaideva Pramanshi and Sanjay Paswan. Encyclopedia of Dalits in India. Human Rights : New dimensions in Dalit Problems. 14 Volumes. Kalpaz Publications. New Delhi. 2003.
23. Jeffrey Robin The News Paper Revolution: Capitalism, Politics and the Indian-language Press. Oxford University Press. New Delhi. 2003
24. Jeffrey Robin. Media and Modernity. Communications, Women and the State in India. Permanent Black. Ranikhet. 2012.
25. Kadam K.N. Dr.Ambedkar and Significant Of His Movement: A Chronology. Popular Prakashan. Bombay. 1991.
26. Kadam. K.N. ed. Dr. Ambedkar. The Emancipator of the Oppressed. A Centenary Commemoration Volume. Popular Prakashan. Bombay.1993.
27. Kamble. B.R. Bahishkrit Bharat. Dr. Babasaheb Ambedkar Research Institute in Social Growth. Kolhapur. 2011.
28. Kamble. B.R. Mooknayak. Dr. Babasaheb Ambedkar Research Institute in Social Growth. Kolhapur. 2010.
29. Kamble. B.R. Samata. Dr. Babasaheb Ambedkar Research Institute in Social Growth. Kolhapur. 2018.
30. Keer. Dhananjay. Dr. Babasaheb Ambedkar. Life and Mission. Popular Prakashan. Bombay. 1954.
31. Keer. Dhananjay. Veer savarkar. Popular Prakashan. Bombay. 1966.

32. Khane. B.D. Chatrapati Shah's Crusade against Untouchability. Critical Quest. New Delhi. 2006.
33. Kshirsagar. R.K. Dalit movement in India and its leaders. 1857-1956. MD. Publications. New Delhi. 1994.
34. Mohandas Namishray. Ambedkar and Press. Neelkanth Prakashan. New Delhi.2018.
35. Narayan Badri. Women Heros and Dalit Assertion in North India: Culture, Identity and Politics. Sage Publications. New Delhi. 2006.
36. Narayanan .K.R. A Tribute to Dr. B.R.Ambedkar. In Ed. Sudharshan Agarwal. Dr.B.R.Ambedkar: The Man And His Message: A Commemorative Volume. Prentice Hall of India Private Ltd. New Delhi. 1991
37. Narayanan. K.R. Selected Speeches. Vol 2. Jan 2000 to July 2002. Publication Division. New Delhi. 2004.
38. Natarajan.S. A History of the Press in India. Asia Publishing House. Bombay. 1962.
39. Omvedt. Gail. Dalits and Democratic Revolution. Dr. Ambedkar and the Dalit Movement in Colonial India. New Delhi. 2014.
40. Omvedt. Gail. Ambedkar and Dalit Labour Radicalism: Maharashtra. 1936-1942. South Asia Bulletin. Vol. 10. No.1. 1990.
41. Omvedt. Gail. Building the Revolution: Sambhaji Tukaram Gaikwad and the Konkan Dalits. Bhashya Prakashan. Mumbai. 2011.
42. Omvedt. Gail. Dalit Visions. The anti caste movement and the construction of an Indian identity. Orient Longman. Hydrabad. 2006.
43. Pawar Urmila and Meenkashi Moon. We also made history: Women in Ambedkarite movement. Zubban. New Delhi. 2008.
44. Pol. Prabodhan. m.thewire.in/article/media/mooknayak-ambedkar-newspaper
45. Punalekar, S.P. Dalit Literature and Dalit Identity. in Dalit Identity and Dalit Politics: Cultural Subordination and the Dalit Challenge, Volume 2. GhanshyamShah. ed. New Delhi: Sage Publications, 2001.
46. Rajagopal. Arvind. ed. The Indian Public Sphere: Readings in Media History. Oxford University Press. 2009.
47. Rajasekhariah .A.M. and Hemalata Jayaraj. Political Philosophy of Dr. B.R.Ambedkar. The Indian Journal of Political Science. Vol. 52.No.3 July- Sep 1991.
48. Ramaiah. A. ed. Contemporary Relevance of Ambedkar Thoughts. Rawat Publications. Jaipur. 2017.

49. Ranga . M.L . ed. B.R.Ambedkar. Manohar. New Delhi. 2000.
50. Rao Anupama. ed. Memoirs of a Dalit Communist. The many worlds of R.B.More. Left Word. New Delhi.2019.
51. Rao. Anupama. The Caste Question: Dalits and the Politics of Modern India. Permanent Black. Ranikhet. 2011.
52. Rattu. Nanak Chand With Babasaheb till the End. In Ed. K.N.Kadam. Dr. Ambedkar. The Emancipator of the Oppressed. A Centenary Commemoration Volume. Popular Prakashan. Bombay. 1993
53. Richard Cashman. The Myth of the Lokmanya: Tilak and Mass Politics in Maharshtra. Berkeley. University Of California Press. 1975.
54. Richard Cashman. The Political Recruitment of God Ganapati. Indian Economic and Social History Review. Vol.7.Issue.3. 1970.
55. Richard Gordon. The Hindu Mahasabha and the Indian National Congress 1915 to 1926. Modern Asian Studies. 9. Issue.no.2. 1975.
56. Rodrigues Valerian. The essential writings of B.R.Ambedkar. Oxford university press. New Delhi. 2007.
57. Rosalind O' Hanlon. Caste Conflict and ideology: Mahatma Jotirao phule and low caste protest in the nineteenth century western India. Cambridge university press. UK. 2002.
58. Sanjay Paswan. Pramanshi Jaideva. eds. Encyclopedia of Dalits in India. kalpaz publications. New Delhi. 2003.
59. Sankarashita 1986. Ambedkar and Buddhism. Windhorse Publications. Glasgow. 1986.
60. Santhosh Suradkar. Mukti Kon Path Ke. Economic and Political Weekly. 9.12.2017. Vol. Lii. No 49.
61. www.scroll.in/article/823469/on-ambedkars-both-death-anniversary-media-proved-that-he-was-untouchable-in death-as-in-life
62. Source Material on Dr. Babasaheb Ambedkar and the Movement of Untouchables. Education Department. Government of Maharastra. Bombay. Vol.1. 1982.
63. Teltumbde Anand. Babasaheb Ambedkar and Farcial Greatness Pageant. Countercourrents.
64. Teltumbde Anand. Dichotomization of Caste and Class. Econommic and Political Weekly. Nov. 19. 2016.
65. Unnamati Syama Sunder. ed. No Laughing Matters. The Ambedkar Cartoons. 1932-1956. Navayana. New Delhi. 2019.
66. Valmiki Omprakash. Joothan: A Dalit's life. Trans. Arun Prabha Mukherjee. Samya. Kolkata. 1997.

67. Vasant Moon 2002. Growing Up Untouchable in India. A Dalit Autobiography. Vistar. New Delhi. 2002.
68. www.bbc.com/news/world-asia-india-43972841
69. www.bbc.com/news/world-asia-india-54418513
70. www.forwardpress.in/2018/03/three-victims-ambedkars-editorial-on-bhagat-singhs-martyrdom/
71. www.newindianexpress.com/states/tamil-nadu/2020/nov/07/vck-the-new-face-of-anti-hindutuva-politics-2220423.html
72. www.newindianexpress.com/states/tamil-nadu/2020/nov/07/vck-the-new-face-of-anti-hindutuva-politics-2220423.html
73. www.newindianexpress.com/world/2020/may/05/manual-scavenging-a-caste-based-discrimination-that-persists-in-pakistan-2139413.html
74. www.news18.com/news/onion/why-ambedkar-has-replaced-gandhi-as-the-new-icon-of-resistance-and-social-awakening-2437333.html
75. www.nytimes.com/2020/05/04/world/asia/pakistan-christians-sweepers-html
76. www.thehindu.com/books/literary-review/mini-krishnan-on-translating-publishing-reading-dalit-writers/article7903879.ece
77. www.thehindubusinessline.com/blink/cover/resurgence-of-an-icon/article8447300.ece
78. www.thewire.in/article/caste/india-prisons-caste-labour-segregation
79. www.thewire.in/caste/the-journalistic-legacy-of-b-r-ambedkar-the-editor
80. www.timesofindia.indiatimes.com/city/Nagpur/by-discarding-hinduism-i-am-reborn-said-br-ambedkar/articleshow/54786309.cms
81. www.outlookindia.com/outlooktraveller/exlore/story/71117/br-ambedkar-statues-across-india
82. www.outlookindia.com/website/story/india-news-dalit-journalist-accuses-bbc-hindi-of-caste-discrimination-mental-torture-report/336203
83. Yangde Suraj and Anand Teltumbde. Eds. The Radical in Ambedkar. Penguin Allen Lane. New Delhi.2018
84. Yangde. Suraj Hundred Years and Dalit Journalism of Ambedkar's first Newspaper Mooknayak. 31. January 2020. BBC Hindi website.
85. Zelliot. Eleanor. Encyclopedia of Religion. Ed. Lindsay Jones. Vol.1. Macmillan Reference. USA. 2005
86. Zelliot. Eleanor Ambedkar's World. The Making Babasaheb and Dalit Movement. Navayana. New Delhi.2013